# ചിറകനക്കങ്ങൾ

(കവിതകൾ)

ഡോ: പി. കെ. ജനാർദ്ദനക്കുറുപ്പ്

*"എനിക്ക് രസമീ നിമ്നോന്നതമാം*
*വഴിക്ക് തേരിരുൾ പായിക്കാൻ*
*അതേതിരുൾക്കുഴി മേലുരുളട്ടെ*
*വിടില്ല ഞാനീ രശ്മികളെ"*

**ഇടശ്ശേരി**

VB

VAYANAPPURA

**CHIRAKANAKKANGAL**
(Malayalam Poems)
by **Dr. P K Janardhanakurup**

Vayanappura Publications, Ernakulam
Published on : November 2021
Cover Setting : C V Harindran
Page Layout : Siva S Nair
Published by: Vayanappura Publications
Anathanam Studios, Old Railway Station
Cross Road, Ernakulam
Pin: 682018
Mob: 9074188300
e-mail: vayanappuraeditorial@gmail.com
web address: www.vayanappurabooks.com

ISBN: 9789390999613

**ഡോ: പി. കെ. ജനാർദ്ദനക്കുറുപ്പ്**

റിട്ട. കോളേജ് അദ്ധ്യാപകൻ. ദീർഘകാലം മഹാരാഷ്ട്രയിൽ കോളേജ് അദ്ധ്യാപകൻ, ഇംഗ്ലീഷ് വകുപ്പു മേധാവി, ബോർഡ് ഓഫ് സ്റ്റഡീസ് ചെയർമാൻ തുടങ്ങിയ നിലകളിൽ പ്രവർത്തിച്ചു. രചനകൾ: പാവം മനസ്സ് (കഥകൾ), ചില സത്യാനന്തരകാല വിചാരങ്ങൾ, താക്കോൽ പഴുതും നമ്മളും, പപ്പടം പൊടിഞ്ഞിട്ടില്ല (ലേഖന സമാഹാരങ്ങൾ), താങ്ക് യു മിസ്റ്റർ ഗ്ലാഡ് (മറാഠിയിൽ നിന്നുള്ള വിവർത്തന നാടകം) Contemporary Indian Poetry in English (സാഹിത്യ വിമർശനം), Prodigal Son (തോപ്പിൽ ഭാസിയുടെ 'മുടിയനായ പുത്രൻ' എന്ന നാടകത്തിന്റെ ഇംഗ്ലീഷ് വിവർത്തനം),

സ്നേഹ വീചികൾ (ഗാനങ്ങളുടെ ആൽബം), ചിറകടികൾ (കവിതകളുടെ ആൽബം). ലളിതാംബിക അന്തർജനത്തിന്റെ അഗ്നിസാക്ഷി എന്ന പ്രശസ്ത നോവലിനെ ആധാരമാക്കി തിരക്കഥ-സംഭാഷണവും ഗാനവും രചിച്ച് നിർമ്മിച്ച 'അഗ്നിസാക്ഷി' എന്ന ദൂരദർശൻ സംപ്രേഷണം ചെയ്ത റ്റി.വി. പരമ്പര 2005 ലെ ഏറ്റവും മികച്ച സീരിയലിനുള്ള സംസ്ഥാന അവാർഡിന് അർഹമായി. ഭാര്യ: ചന്ദ്രിക കുറുപ്പ്, മകൾ: ഡോ: സോണിയ സുരേഷ് മരുമകൻ: ഡോ: സുരേഷ് എസ്, കൊച്ചുമക്കൾ: അമൃത, ആദിത്യ

വിലാസം: പമ്പൂത്തറയിൽ വീട്, ഓലകെട്ടിയമ്പലം പി.ഒ.
മാവേലിക്കര - 690 510
ആലപ്പുഴ ജില്ല
ഫോൺ: 9447564632
e-mail: pkjpamputhara44@gmail.com

# മുഖമൊഴി

പുസ്തകരൂപത്തിൽ പുറത്തിറങ്ങുന്ന എന്റെ ആദ്യത്തെ കാവ്യസമാഹാരമാണിത്. എങ്കിലും ഏതാണ്ട് കുട്ടിക്കാലം മുതൽ തന്നെ കവിത എന്നോടൊപ്പം കൂടിയിരുന്നു. ജനയുഗം വാരികയുടെ ബാലപംക്തിയിൽ വന്ന ചില കവിതകൾ, തുടർന്ന് ഒ.എൻ.വിയുടെയും വയലാറിന്റെയും അക്കാലത്തെ ചില ജനപ്രിയ ഗാനങ്ങളുടെ ചുവടുപിടിച്ച് എഴുതി വെളിയിൽ കാണിക്കാൻ ധൈര്യമില്ലാതെ ഒളിപ്പിച്ചവ, പിന്നീട് ഉത്തരേന്ത്യയിലേക്കു ചേക്കേറിയപ്പോൾ അവിടെ നിന്നിറങ്ങിയ മലയാളം പ്രസിദ്ധീകരണങ്ങൾക്ക് വേണ്ടിയെഴുതിയ കവിതകളും അവിടെയും ഇടക്കിടെ നാട്ടിൽ വരുമ്പോൾ ഇവിടെയും അവതരിപ്പിച്ച ചില നാടകങ്ങൾക്കു വേണ്ടി എഴുതിയ പാട്ടുകളും അങ്ങനെ കവിത തീർത്തും അകന്നു നിന്ന ഒരു കാലം ഒരിക്കലും ജീവിതത്തിലുണ്ടായിട്ടേ ഇല്ലെന്നതാണ് വാസ്തവം. ഇതിനുമുമ്പ് എഴുതേണ്ടി വന്നിട്ടുള്ളത് ഏറെയും കഥകളും നാടകങ്ങളും ലേഖനങ്ങളുമാണ് എന്നത് ശരി. പക്ഷെ എഴുതുന്നത് എന്തുമാവട്ടെ. എന്തെഴുതുമ്പോഴും ഉള്ളിലെ കവിതാശീലം അവയുടെ രചനകളെയും കവിതയിലെ ചില ഘടകങ്ങളുടെ വരുതിയിൽ കൊണ്ടുവന്നിരുന്നു എന്നത് ഒരു വസ്തുതയാണ്.

പല സന്ദർഭങ്ങളിലായി, ചിലപ്പോൾ പല ആവശ്യങ്ങൾക്കായി എഴുതപ്പെട്ട ഏതാനും കവിതകളാണ് ഈ പുസ്തകത്തിൽ ഉൾപ്പെടുത്തിയിരിക്കുന്നത്. പ്രമേയത്തിന്റെ കാര്യത്തിൽ ഇതിലെ കവിതകൾക്കു തമ്മിൽ സാമ്യതയെക്കാൾ വ്യത്യസ്ഥതയാണുള്ളതെന്നു തോന്നുന്നു. ഭാവുകത്വം ശൈലി തുടങ്ങി കാവ്യസൃഷ്ടിയുമായി ബന്ധപ്പെട്ട ഇതര ഘടകങ്ങളിലും കഥ ഇങ്ങനെ തന്നെയാണ്. മലയാളത്തിലെയും, വിശ്വസാഹിത്യത്തിലെയും പല കാവ്യസൃഷ്ടികളെയും വിമർശനാത്മക പഠനങ്ങൾക്കു വിധേ

യമാക്കേണ്ടി വന്നിട്ടുണ്ടെനിക്ക്. ദീർഘകാലം ഇംഗ്ലീഷ് സാഹിത്യം പഠിപ്പിച്ച കോളേജ് അദ്ധ്യാപകൻ എന്ന നിലയിൽ അങ്ങനെയും പല കാവ്യകൃതികളിലെയും കാവ്യശബ്ദം (Poetic Voice) തേടി പ്പോകേണ്ടി വന്നിട്ടുണ്ട്. എന്താണിപ്പോൾ കാതോർക്കുമ്പോൾ സ്വന്തം കൃതിയിൽ നിന്നു കേൾക്കുന്ന കാവ്യശബ്ദം? ലോകത്തെ കുറിച്ച്, ജീവിതത്തെ കുറിച്ച് അങ്ങനെ മുഖമുദ്രയായി വേർതി രിച്ചെടുക്കാവുന്ന ഒരു നിശ്ചിത കാവ്യശബ്ദം ഇതിൽ ഉൾപ്പെടു ത്തിയിട്ടുള്ള കവിതകളിൽനിന്നു കേൾക്കുന്നുണ്ടോ? വിഷയം സ്വന്തം കൃതി തന്നെയാകുമ്പോൾ സ്വസ്ഥത തരുന്ന പണിയല്ല ഇത്തരം അന്വേഷണങ്ങളുടെ ഫലം തേടൽ. ഒന്നുമാത്രം ഉറപ്പാ യി പറയാം. ഈ സമാഹാരത്തിൽ ഉൾപ്പെടുത്തിയിട്ടുള്ളവയിൽ പെട്ടെന്ന് ഏഴുതാൻ കഴിഞ്ഞ കവിതകളുണ്ട്, ഏറെ സമയമെടു ത്ത് മുഴുപ്പിക്കേണ്ടി വന്നവയുമുണ്ട്. പക്ഷെ ലാഘവത്തോടെ എഴു തപ്പെട്ട ഒരു കവിത പോലും ഇതിലില്ല. എനിക്കു സന്ദേഹം എന്ന ശീർഷകത്തിൽ രാമായണം, മഹാഭാരതം, ഭഗവത് ഗീത എന്ന മൂന്ന് ഉത്തുംഗ പർവ്വതശിഖരങ്ങളെ നോക്കി കാണാൻ ശ്രമിക്കുന്നു. കവിതകളുടെ കാര്യത്തിൽ എന്നപോലെ കുട്ടിക്കവിതകൾ എന്ന വിഭാഗത്തിൽ ഉൾപ്പെടുത്തിയിട്ടുള്ള കവിതകളെ സംബന്ധി ച്ചും ഇതു നേരാണ്. കവിതാരചന ഒരു നിസ്സാര ജോലി ആയിരു ന്നിട്ടേയില്ല ഒരിക്കലും. ഏറെ അസ്വസ്ഥതകളും നെഞ്ചിടിപ്പും ഉണ്ടാ ക്കിയിട്ടുള്ള അനുഭവമായിരുന്നു അതെന്നും.

മലയാളത്തിലും മറ്റു ഭാഷകളിലുമുള്ള ഗദ്യകവിതക ളിൽ ഏറെയും ആസ്വാദ്യകരമായ അനുഭവമാണ് തന്നിട്ടുള്ളത്. എങ്കിലും വൃത്തബദ്ധമായാണ് എന്റെ മനസ്സിൽ കവിത കടന്നുവരാ റുള്ളത്. നിയതമായ ഏതെങ്കിലും വൃത്തത്തിൽ അല്ലെങ്കിൽപോലും എന്റെ ഉള്ളിൽ തോന്നാറുള്ള വാക്കുകൾക്കും വരികൾക്കും താളവും ഈണവുമുണ്ടോ എന്ന് ഉറപ്പുവരുത്തിയില്ലെങ്കിൽ സ്വസ്ഥത കിട്ടാറില്ല എനിക്ക്. പ്രമേയങ്ങളുടെ പ്രത്യേകതകൾ മൂലം ഗദ്യകവിതകൾ ആയിത്തീർന്ന ഇതിലെ ഏതാനും ചിലവ ഉൾപ്പെടെ ഈ സഞ്ചയത്തിലുള്ള കവിതകളിൽ ഒന്നുപോലും ഈണവും താളവും മറന്നു കടന്നു വന്നവയല്ല. വായിക്കുന്നവർ ക്ക് അവ എത്രമാത്രം ആസ്വാദ്യകരമാവുന്നു എന്നത് വേറെ കാര്യം.

കവിത എന്ന തിരിച്ചറിയൽ കാർഡുമായി ആസ്വാദകരെ തേടിയെത്തുന്ന ഈ കൃതിയെക്കുറിച്ച് അവയെ ഈ നിലയിൽ പറഞ്ഞുവിട്ടയാൾ എന്ന നിലയിൽ ഇത്രയുമേ പറയാനുള്ളൂ. ജീവിതവും കവിതയും അവ തമ്മിലുള്ള കൊള്ളക്കൊടുക്കലുകളും എന്നും ഗൗരവമുള്ള വിഷയമായി കണ്ടു ശീലിച്ച ഒരു എഴുത്തുകാരന്റെ വിനീത ശ്രമം. ഇങ്ങനെ മാത്രം പറഞ്ഞു നിർത്തട്ടെ.

ഈ ചെറുകൃതിക്ക് ഏറെ സ്നേഹപൂർവ്വം പ്രൗഢതയാർന്ന ഒരു അവതാരിക എഴുതി തന്ന എന്റെ അഭിവന്ദ്യ സുഹൃത്ത് പ്രൊഫ. വി. ഐ. ജോൺസൺ, ഇതിന് പുസ്തകരൂപം നല്കി പ്രസാധനം ചെയ്യുന്ന വായനപ്പുര, ഇതിന്റെ ടൈപ്പിങ് സംബന്ധമായ ജോലികൾ അവധാനതയോടെ ചെയ്തുതന്ന കവയിത്രി കൂടിയായ രാജി പ്രമോദ് എന്നിവരോടും എന്റെ എല്ലാ സാഹിത്യ പ്രവർത്തനങ്ങളിലുംപോലെ ഇതിലും തുണയായിനിന്ന് തിരുത്തൽ ഉൾപ്പെടെയുള്ള ജോലികളിൽ സഹായിച്ച എന്റെ സഹധർമ്മിണി ചന്ദ്രിക കുറുപ്പിനോടുമുള്ള നന്ദി രേഖപ്പെടുത്തട്ടെ.

**ഡോ: പി. കെ. ജനാർദ്ദനക്കുറുപ്പ്**

# വിപരിണാമ ഗീതങ്ങൾ

ജൈവികമായല്ലാതെ പരിണാമം, വിപരിണാമം എന്നീ പദങ്ങൾ ദാർശനിക ഭൂമികയിൽ വ്യാഖ്യാനിച്ചത് ശ്രീ അരവിന്ദ മഹർഷിയാണ്. ജീവൻ മനസ്സിന്റെ വിവിധ തലങ്ങളിലൂടെ സച്ചിദാനന്ദത്തിലേക്കു പ്രയാണം ചെയ്യുന്നതിനെയാണ് അദ്ദേഹം പരിണാമം എന്നു സങ്കല്പിച്ചത്. സച്ചിദാനന്ദം പ്രപഞ്ചമായി തീരുന്ന പ്രക്രിയയെ വിപരിണാമം എന്നും. വ്യത്യസ്ത ഘട്ടങ്ങളിൽ ബാഹ്യജീവിതവും ആന്തരിക ജീവിതവും നയിച്ചിട്ടുള്ള അരവിന്ദ മഹർഷി ഭൗതിക ജീവിതത്തെക്കാൾ ആത്മീയ ജീവിതത്തിനു പ്രാമുഖ്യം കല്പിച്ച് യോഗാനുഭൂതിയെ മഹത്വവൽകരിച്ചു. എന്നാൽ അദ്ദേഹം തന്നെ 'സാവിത്രി' എന്ന കാവ്യത്തിലൂടെ ഭൂമിയിലെ ജീവിതത്തിന്റെ അഭികാമ്യത വ്യഞ്ജിപ്പിച്ചിട്ടുള്ളത് ദിവ്യതയുടെ ശ്രേഷ്ഠതയിൽ സംശയമുണർത്തിയിട്ടുണ്ട്. എത്ര നിഷേധിച്ചാലും അപ്രസക്തമാകാത്ത യാഥാർത്ഥ്യമായി ഭൂമിയും ജീവിതവും ഭവിക്കുന്നു എന്നതാണ് സ്വർഗത്തിൽ നിന്നുമുള്ള സാവിത്രിയുടെ തിരിച്ചുവരവിന്റെ പൊരുൾ. വേദാന്തത്തിൽ നിന്ന് പ്രപഞ്ചത്തിലേക്കുള്ള മടക്കവും ഒരു അനിവാര്യതയാണെന്ന് സാവിത്രിയെ മുൻനിർത്തി ചിന്തിച്ചാൽ അത് ബുദ്ധിയും യുക്തിയും കൊണ്ട് കാവ്യത്തെ സമീപിക്കുന്നതു കൊണ്ടാണെന്ന് കുറ്റപ്പെടുത്തുന്നതുതന്നെ വിപരിണാമത്തിനുള്ള അംഗീകാരമാണ്. ജീവിതത്തെ രൂപപ്പെടുത്തുക എന്ന ലക്ഷ്യത്തോടെ കവിത എഴുതുമ്പോൾ ഭാവനക്കും ഭാവത്തിനുമൊപ്പം ബുദ്ധിയും യുക്തിയും കൂടിക്കലരും. ഡോ: പി. കെ. ജനാർദ്ദനക്കുറുപ്പിന്റെ

'ചിറകനക്കങ്ങൾ' എന്ന കാവ്യസമാഹാരം ജീവിതത്തെ അഭിമുഖീകരിക്കുന്ന ഒരു കവിയുടെ രചനയാണ്. ഭൂമിയിലല്ലാതെ ജീവിതത്തിന് മറ്റൊരു അരങ്ങുമില്ലെന്ന് കവി ഉറച്ചു വിശ്വസിക്കുന്നു. അദ്ദേഹത്തിന്റെ മൗലിക കവിതകളും മൊഴിമാറ്റങ്ങളും പുലർത്തുന്ന പൊതുവീക്ഷണം ജീവിതാപചയങ്ങളോടുള്ള എതിർപ്പും മാനവികതയോടുള്ള യോജിപ്പുമാണ്. വേദങ്ങളും, പുരാണങ്ങളും, ഇതിഹാസങ്ങളും ദിവ്യതയുടെ ആലഭാരമില്ലാതെ പരിചയപ്പെടുത്തുകയും ജീവിത പ്രവണതകളും പ്രതിഭാസങ്ങളും വ്യക്തമായ നിലപാടോടെ ആവിഷ്കരിക്കുകയും ചെയ്യുന്ന കവി ചരിത്രത്തിന്റെയും ഭാവിയുടെയും ഗതിവിഗതികൾ ആരായുന്നുമുണ്ട്. വിപരിണാമത്തെ ആദർശമാക്കുന്നതിലൂടെ മാനുഷികതയെ അദ്ദേഹം ഉജ്ജ്വലിപ്പിക്കുന്നു.

'എനിക്കു സന്ദേഹം' എന്ന പൊതുശീർഷകത്തിലുള്ള മൂന്നു കവിതകളുമായാണ് ഈ കാവ്യസമാഹരത്തിന്റെ തുടക്കം. രാമായണവും മഹാഭാരതവും ഭഗവത്ഗീതയും ഉണർത്തുന്ന സന്ദേഹങ്ങളുടെ ക്രോഡീകരണങ്ങളാണ് ഈ മൂന്നു കവിതകളും. രാമായണം വീരഗാഥയോ, ജയരേഖയോ അല്ലെന്നും ജീവിത വ്യഥാഗീതം മാത്രമാണെന്നുമാണ് കവിയുടെ ബോദ്ധ്യം. മഹാഭാരതമാകട്ടെ ജീവിതം വൈരുദ്ധ്യ സമുച്ചയമാണെന്നതിന്റെ ഓർമ്മപ്പെടുത്തലാണ്. ഹിംസ ഉപദേശിക്കുന്ന കൃഷ്ണനെ മാറ്റി ഹിംസയിൽ നൊമ്പരപ്പെടുന്ന അർജ്ജുനനെ നായകസ്ഥാനത്തു നിർത്തുന്ന കവി മനുഷ്യപക്ഷത്തുനിന്നാണ് ഭഗവത്ഗീതയെ പരിചയപ്പെടുത്തുന്നത്. ആദ്ധ്യാത്മികതയുടെ മായികതയിൽ നിന്നുംവിവേകത്തിന്റെ യാഥാർത്ഥ്യ ബോധത്തിലേക്ക് മനുഷ്യരെ നയിക്കുക എന്ന ലക്ഷ്യത്തോടെ വാത്മീകിയെയും വ്യാസനെയും കവി യുക്തിഭദ്രമായി പുതുവായനയ്ക്ക് വിധേയമാക്കുകയാണ് ഈ കവിതകളിൽ. വാത്മീകിയും വ്യാസനും വിധികർത്താക്കളല്ല വാഴ്‌വിൻ സാക്ഷികൾ മാത്രമാണെന്നു നിരീക്ഷിക്കുന്ന കവി ഹിംസയിലൂടെയുള്ള ബലത്തെക്കാൾ ഹിംസ ചെയ്യാൻ കാട്ടുന്ന മടി എന്ന ദൗർബല്യത്തെ ബലമായി പരിഗണിക്കുകയും അന്യജീവൻ ഹനിക്കാത്തതാണ് ശ്രേഷ്ഠതയെന്ന് വിലയിരുത്തുകയും ചെയ്യുന്നു.

ജീവിതമെന്ത്? എന്ന ചോദ്യം ദാർശനികർ മാത്രമല്ല സാധാരണക്കാരും ആവർത്തിച്ചു ചോദിച്ചുപോകാറുള്ള ചോദ്യമാണ്. പല കാലമായി ഉന്നയിക്കപ്പെടുന്ന ഈ ചോദ്യം പ്രത്യക്ഷത്തിൽ തന്നെ മുഴങ്ങുന്നുണ്ട് 'അതു മതി,' 'വെറുതെ ചിലത്,' 'നേര്' എന്നീ കവിതകളിൽ. അളക്കാൻ കഴിയാത്തതാണ് ജീവിതം എന്ന തിരിച്ചറിവാകാം അതിന്റെ കാരണം. പ്രകൃതിയുടെ പരിലാളനയിൽ സംതൃപ്തിയും സഹജീവികളുടെ സ്നേഹത്തിൽ ധന്യതയും സിദ്ധിക്കുന്ന ജീവിതം, കൊള്ളുന്നത് കൊടുക്കുവാനുള്ള ഉത്തരവാദിത്വംകൂടി ഉള്ളതാണെന്ന് കവി വിശ്വസിക്കുന്നു, നന്മതിന്മകളും, സുഖദുഖങ്ങളും, ആർത്തിയും അലിവുമെല്ലാം ചേർന്ന ജീവിതം വ്യക്തിനിരപേക്ഷമായ അവിരാമ പ്രയാണമാണെന്നും മരണം ജീവിതത്തിന്റെ പൂർണ്ണതയാണെന്നുമുള്ള വെളിപാടുകളിലൂടെ അസ്തിത്വത്തിന്റെ പൊരുൾ കവി അർത്ഥശങ്കയില്ലാതെ തെളിച്ചു കാട്ടുന്നുണ്ട്. ഏതൊരാളും ജീവിയ്ക്കേണ്ടത് എല്ലാം കലരുന്ന ഒരുത്സവം ഭൂമിയിൽ സാദ്ധ്യമാക്കുന്നതിനുവേണ്ടി ആയിരിക്കണം എന്ന തീർപ്പും ആത്യന്തികമാണ്.

മനസ്സിന്റെ ഉള്ളറ ഖനനം ചെയ്യുമ്പോൾ കൈവരുന്ന നിക്ഷേപം ഭക്തിയും സമർപ്പണവും പ്രണയവുമാണ്. ഭക്തിയെ പുനർനിർവചിക്കുന്ന കവി പ്രതിബദ്ധതയുടെയും പ്രണയത്തിന്റെയും കാര്യത്തിൽ പരിപക്വത പ്രകാശിപ്പിക്കുന്നു. സ്വാതന്ത്ര്യത്തിനും, സമൃദ്ധിക്കും സമത്വത്തിനും വേണ്ടി വിട്ടുവീഴ്ചയില്ലാതെ പൊരുതുക എന്നതാണ് കവിയുടെ നിലപാട്. നിറവുള്ള സംസ്കാരവും പ്രകൃതിയും സ്ത്രീയും നാദവർണ്ണഗന്ധഭരിമായി കവിതയിൽ വിന്യസിക്കപ്പെടുമ്പോൾ നിഷ്ഠൂരമായ ചൂഷണവും അടിച്ചമർത്തലും നിന്ദയും വിചാരവികാര സാന്ദ്രമായാണ് സങ്കല്പിക്കപ്പെടുന്നത്. നാടകീയതയോടെ ആവിഷ്കരിച്ചിട്ടുള്ള പ്രണയാനുഭവങ്ങളിൽ ആത്മാർത്ഥതയുടെ ഉൽക്കർഷം പോലെ തന്നെ ഔപചാരികതയുടെ അപകർഷവും പരിചയപ്പെടാം. 'സായന്തനം' എന്ന കവിത സ്ത്രീത്വത്തിന്റെ എല്ലാ വേദനകളെയും പ്രത്യക്ഷീഭവിപ്പിക്കുമ്പോൾ 'അടുപ്പം' അലിയലിന്റെ ഇടയിലുയരുന്ന മതിലുകളെയാണ് എണ്ണിപ്പറയുന്നത്. 'ഇടിയട്ടെ മതിലു

കൾ' എന്ന മറ്റൊരു കവിത ഇത്തരം മതിലുകൾ ഇടിയേണ്ടതിന്റെ അനിവാര്യതക്ക് അടിവരയിടുന്നു. ആധുനിക ജീവിതത്തിൽ മനുഷ്യൻ വാരിക്കൂട്ടി എന്നഭിമാനിക്കുന്ന വിഭവസമൃദ്ധി അവനെ കൊണ്ടെത്തിച്ചിരിക്കുന്ന മൂല്യദാരിദ്ര്യത്തിന്റെ സഹതാപാർഹമായ ദാരുണമുഖം കാട്ടിത്തരികയാണ് 'എവിടെത്തിനിൽക്കുന്നു നമ്മൾ' എന്ന കവിത.

ജീവിതത്തിന്റെ സ്ഥായീഭാവം എന്നും ദുഖമായിരുന്നു. ഇപ്പോഴിതാ കോവിഡ് 19 സൗഭാഗ്യക്കോട്ടകൾപോലും തകർത്ത് ആധിപത്യം സ്ഥാപിക്കുന്നു. അതിജീവനത്തിനുള്ള യത്നം മാത്രമായി ജീവിതം പരിമിതപ്പെടുന്നു. നിസ്സാരമായതെല്ലാം സാരമാവുകയും, സാരമായത് നിസ്സാരമാവുകയും ചെയ്യുന്നു. എല്ലാ ആശുപത്രികൾക്കും അറുതി ഉണ്ടാകണമെന്ന കാര്യത്തിൽ ആർക്കും എതിരഭിപ്രായമില്ല. കോവിഡ്19-നെ പ്രതിരോധിക്കാൻ കവിയും ജനതതിയോടൊപ്പം അണിചേരണം എന്ന കാര്യത്തിലും ഒരു ലാവണ്യവാദിക്കും എതിർപ്പുണ്ടാകാൻ ഇടയില്ല. 'കാക്കേ കാക്കേ കൂടെവിടെ,' 'ഇവിടിനി എത്ര കൊറോണ വേണം,' 'ശ്രീകൃഷ്ണ ഉവാച' എന്നീ കവിതകൾ കോവിഡ് പ്രതിസന്ധിയുടെ പശ്ചാത്തലത്തിൽ രചിക്കപ്പെട്ടവയാണ്. ഒരു കൊച്ചു വൈറസ്സിനു മുമ്പിൽ ദൂരങ്ങളും അതിരുകളും പരാജയപ്പെടുന്നതിന്റെയും, അടുപ്പത്തിന്റെ അളവുകോൽ അകലമാവുന്നതിന്റെയും, മനുഷ്യജന്മത്തെക്കാൾ ജന്തുജീവിതം ശ്രേഷ്ഠമാവുന്നതിന്റെയും, സർവശക്തരായ ദൈവങ്ങൾ പോലും കോവിഡ് 19 വൈറസ്സിനു മുമ്പിൽ പരാജയപ്പെടുന്നതിന്റെയുമെല്ലാം വൈപരീത്യം കലാഭംഗിയെ കുറിച്ചുള്ള വേവലാതി ഇല്ലാതെയാണ് മുദ്രിതമായിട്ടുള്ളത്. സുദർശന ചക്രത്തിനെ പോലും അപ്രസക്തമാക്കിയ കോവിഡ്19 വൈറസ്സിനെ മനുഷ്യന്റെ ശാസ്ത്രസിദ്ധി അതിജീവിക്കുക തന്നെ ചെയ്യും എന്ന ദൃഢവിശ്വാസം പ്രഖ്യാപിക്കുമ്പോൾ മനുഷ്യ മഹത്വത്തിന്റെ കൊടിയാണ് ഉയരത്തിൽ പാറിക്കുന്നത്. ആശയപ്രചാരണം ആക്ഷേപിക്കപ്പെട്ടിരുന്ന സാഹിത്യമണ്ഡലത്തിൽ ആരോഗ്യസുരക്ഷയെക്കുറിച്ചുള്ള ഓർമ്മപ്പെടുത്തൽ ശ്ളാഘിക്കപ്പെടുന്നത് ഏറ്റവും വിലപ്പെട്ടത് ജീവനാണെന്നുള്ള തിരിച്ചറിവു കാരണമാണ്.

സാഹിത്യവും കലയും നിലനിൽക്കേണ്ടത് മാനവതയ്ക്കൊപ്പമാണ്. മാനവത എന്നാൽ കേവലം സ്നേഹാർദ്രതയോ കാരുണ്യമോ എന്നല്ല അർത്ഥം. ചരിത്രത്തിൽ ചില ഇടവേളകൾ ഉണ്ടായിട്ടുണ്ടെങ്കിലും മനുഷ്യകുലം പൊതുവെ അബദ്ധങ്ങൾ തിരുത്തിയും ആശാസ്യതകൾ ആവർത്തിച്ചും പുരോഗതി തുടരുക തന്നെയായിരുന്നു. വിലയിരുത്തലും വിമർശനവും സ്വയം വീണ്ടെടുക്കുവാനും പുതുക്കുവാനും മനുഷ്യനെ എന്നും സഹായിച്ചിട്ടേ ഉള്ളൂ. ഇങ്ങനെ നോക്കുമ്പോൾ 'ചിറകനക്കങ്ങൾ' എന്ന കാവ്യസമാഹരത്തിന്റെ സ്ഥാനം തീർച്ചയായും മുന്നേറുവാൻ ഓർമ്മിപ്പിക്കുന്ന രചനകളുടെ സഞ്ചയം എന്നുള്ളതാണ്. മനുഷ്യനെ വഴിതെറ്റിക്കുന്ന മിഥ്യകളെ തിരുത്തുവാനും തിരിച്ചറിഞ്ഞ പൊരുളുകളിൽ ഉറച്ചു നില്ക്കുവാനും പ്രചോദിപ്പിക്കുന്നവയാണ് ഇതിലെ എല്ലാ രചനകളും. ആദ്ധ്യാത്മികതയുടെ പേരിൽ ഉയർത്തപ്പെടുന്ന മതിലുകൾ തകർത്ത് അഭയമേകുന്ന വീടുകൾ സൃഷ്ടിക്കുക എന്ന ദൗത്യത്തിൽ പ്രതിജ്ഞാബദ്ധനാണ് ഡോ: പി. കെ. ജനാർദ്ദനക്കുറുപ്പ്. സൗന്ദര്യത്തിന്റെ നിലയ്ക്കാത്ത പ്രവാഹത്തെക്കാൾ യുക്തിയുടെ നിരന്തര ജ്വാലകളെന്ന അനുഭവത്തിലേക്കാണ് അനുവാചകർ ചെന്നെത്തുന്നത് എന്നത് കവിതയുടെ പരിമിതിയായി വിമർശിക്കപ്പെടാം. എന്നാൽ അലൗകികതയിൽ നിന്നും ലോകത്തിലേക്ക് ജീവിതത്തെ ആനയിക്കുന്ന 'വിപരിണാമ ഗീതങ്ങൾ' എന്ന നിലയ്ക്ക് ഡോ: പി. കെ. ജനാർദ്ദനക്കുറുപ്പിന്റെ രചനകൾക്ക് ഏറ്റവും മൂല്യം മതിക്കാവുന്നതാണ്.

കഥകളും ലേഖനങ്ങളും നല്ല വിവർത്തനങ്ങളും പ്രസിദ്ധീകരിച്ചിട്ടുള്ള ഡോ: പി.കെ. ജനാർദ്ദനക്കുറുപ്പ് പല കാലങ്ങളിൽ രചിച്ചിട്ടുള്ള കവിതകൾ സമാഹരിച്ചിട്ടുള്ള 'ചിറകനക്കങ്ങൾ' കാവ്യനിലപാടിൽ വിഭിന്നത പുലർത്തുന്ന കൃതിയാണ്.

നന്മകൾ തിന്മകൾ സുഖദുഖങ്ങൾ
പകയും പ്രേമവും ആർത്തിയുമലിവും
എല്ലാം കലരുമൊരവിയലിനെത്താൻ
നമ്മൾ വിളിപ്പൂ ജീവിതമെന്ന്- എന്നെഴുതി ജീവിതത്തെ തന്നെ അവിയൽ എന്നു നിരീക്ഷിച്ചിട്ടുള്ള കവി വിഭിന്നതയെ

ജീവിതത്തെ പരിചയപ്പെടുത്തുവാനുള്ള ഉപാധി ആക്കുകയായിരുന്നു. 'ഇവിടിനി എത്ര കൊറോണ വേണം?,' 'ഇടിയട്ടെ മതിലുകൾ' എന്നിങ്ങനെ തലക്കെട്ടുകളിൽ പോലും ബൗദ്ധികശാഠ്യം പുലർത്തുന്നതും വിഭിന്നതയുടെ വിന്യാസമായി പരിഗണിച്ചാൽ മതി. എന്നാൽ എല്ലാ രചനകളിലും പോകേണ്ടിടത്തേക്കു പോകണം എന്നൊരു ജാഗ്രത പ്രകടമാണ്. അലൗകികതയുടെ അർത്ഥശൂന്യത അനുഭവ ബോദ്ധ്യമായിട്ടും പലരും ഇന്നും ജീവിതത്തിന്റെ മൂല്ല്യവും പൊരുളും തിരിച്ചറിയുന്നില്ല എന്ന യാഥാർത്ഥ്യം അസ്വസ്ഥത ഉണ്ടാക്കുന്നതാണ്. മരണം ലാഭമല്ല എന്ന ചിന്ത വിശ്വാസികൾക്കുപോലും പ്രിയങ്കരമാവുകയും ഒരു നിമിഷം കൂടിയെങ്കിലും ജീവിക്കുവാൻ എല്ലാവരും പരക്കം പായുകയും ചെയ്യുമ്പോൾ ദിവ്യതയുടെ പൊയ്മുഖങ്ങളാണ് അഴിഞ്ഞുവീഴുന്നത്. ഇരുമ്പിങ്ങനെ പഴുത്തിരിക്കുമ്പോൾ കൊല്ലന്മാർ കൂടം കൊണ്ട് ആഞ്ഞടിക്കുക തന്നെ വേണം. കാവ്യാസ്വാദകരെ തഥ്യയിലേക്കുണർത്തുന്ന രചനകളാണ് 'ചിറകനക്കങ്ങളി'ലുള്ളത്. കൃതിക്കും ഡോ: പി.കെ. ജനാർദ്ദനക്കുറുപ്പിനും എല്ലാ വിജയങ്ങളും തീർച്ചയാണ്.

**പ്രൊഫ. വി. ഐ. ജോൺസൺ**
മുൻ മലയാളം വകുപ്പ് മേധാവി
ബിഷപ്മൂർ കോളേജ്.

മാവേലിക്കര
ആഗസ്റ്റ് 31, 2021

# പ്രസാധകക്കുറിപ്പ്

ഏതൊരു ഭാഷയുടെയും പ്രത്യുല്പാദന പ്രക്രിയ സാദ്ധ്യമാവുന്നത് ആ ഭാഷയിൽ എഴുതപ്പെടുന്ന സാഹിത്യ കൃതികളിലൂടെയാണെന്ന് പറയപ്പെടുന്നു. അതിൽ പ്രഥമ പങ്ക് കവിതകൾക്കുമാണത്രെ! നിർഭാഗ്യവശാൽ വർത്തമാനകാലം കവിതകൾക്ക് വേണ്ടത്ര പ്രോത്സാഹനം നൽകുന്നില്ലെന്നു മാത്രമല്ല, കവിതകളെ വായനക്കാർ തിരസ്ക്കരിക്കുന്ന പ്രവണതയും കണ്ടുവരുന്നു. പൂർവ്വസൂരികളായ കവിവര്യന്മാരുടെ രചനകളോളം ആഴമോ പരപ്പോ ഇല്ല ഇപ്പോഴത്തെ നവമാധ്യമ രംഗത്തെ കവികൾക്ക് എന്നൊരു അപഖ്യാതി കൂടി കേൾക്കുന്നുമുണ്ട്. ഇത്തരമൊരവസ്ഥയിൽ നിന്നുകൊണ്ട് തന്നെയാണ് ഡോ: പി. കെ ജനാർദ്ദന കുറുപ്പ് 'ചിറകനക്കങ്ങൾ' എന്ന പേരിൽ തന്റെ പ്രഥമ കവിതാസമാഹാരവുമായി രംഗപ്രവേശം ചെയ്യുന്നത്. അദ്ദേഹത്തിന്റെ പ്രസിദ്ധീകൃതമായിട്ടുള്ള മറ്റ് കൃതികൾ നിരവധിയാണെങ്കിലും കവിതകളുമായി സധൈര്യം മുന്നിട്ടിറങ്ങുന്നത് ഇത് ആദ്യമാണ്. കാമ്പുള്ള വ്യത്യസ്ഥമായ വിഷയങ്ങളുമായി ചടുലതയിലെ ലാളിത്യത്തോടെ വായനക്കാരുടെ ഹൃദയങ്ങളിലേക്ക് തന്മയത്വത്തോടെ കടന്ന് കയറുകയും വായനാന്ത്യത്തിൽ കുറിക്കുകൊള്ളുന്ന ചോദ്യങ്ങൾ അവശേഷിപ്പിക്കുകയും ചെയ്യുന്നു കവി. മലയാള കാവ്യസാഹിത്യത്തിന് ഇതൊരു ചിറകനക്കമായിത്തീരട്ടെ എന്ന പ്രത്യാശയോടെ അഭിമാന പുരസരം ചിറകനക്കങ്ങൾ വായനപ്പുര പബ്ലിക്കേഷൻസ് വായനയ്ക്കായി സമർപ്പിക്കുന്നു.

സ്നേഹത്തോടെ
**പോൾസൺ തേങ്ങാപ്പുരക്കൽ**

# ഉള്ളടക്കം

# എനിക്കു സന്ദേഹം
## (ഒന്നാം ഭാഗം)

എനിക്കു സന്ദേഹം, കവി
വാത്മീകി രാമായണം
രചിച്ചതെന്തേ രാമ-
വിജയം വർണ്ണിക്കാനോ?

ജയിച്ചില്ലല്ലോ രാമൻ
ആരെയും, തന്നെപ്പോലും
ജയമില്ലിവിടാർക്കു-
മെന്ന നേർ കാണിക്കാനോ?

മോഹിച്ചു പോയോൾക്കായി
നാശത്തെ വരിച്ചൊരാൾ
തനിക്കായ് തന്നെ മറ
ന്നവളെ മറന്നൊരാൾ

എനിക്കു സന്ദേഹം തോൽവി
ആർക്കാണ്? ജയമാർക്ക്?
വധിക്കലാണോ ജയം!
വേദനിക്കലോ തോൽവി!

ഇണയ്ക്കു ശരമേറ്റ
കിളിക്കായ് കരഞ്ഞവൻ
മുനിക്കു പിഴക്കില്ല
വീരഗാഥയല്ലിത്

മതത്തിൻ തിട്ടൂരങ്ങൾ,
'നടക്കൂ, വേൾക്കൂ, കൊല്ലൂ'

ചലിക്കുന്നധികാരം
വേൾക്കുന്നു വധിക്കുന്നു

അല്ലെങ്കിൽ എന്തിന്നായാ
കാട്ടുപെണ്ണിനെ കൊന്നു?
കാടവളുടേതല്ലേ?
ബ്രാഹ്മണ്യം നാട്ടിൽ പോരേ?

ശംബൂകൻ തപം ചെയ്തോൻ
ശൂദ്രനാമവൻ വധ്യൻ.
ബ്രാഹ്മണ്യം വിധിക്കുന്നു,
രാജാവു വധിക്കുന്നു

കാരണം കണ്ടെത്തുന്നു
ബാലിയെ കൊല്ലാൻ, സദാ-
ചാരിയല്ലയാൾ രാജ-
ധർമ്മമാണല്ലോ വധം.

ശൂർപ്പണഖയുടെ, പിന്നെ
സാത്വികൻ വിഭീഷണൻ
സോദരസ്നേഹത്തിന്മേൽ
ഏല്പിച്ച മുറിവിന്റെ

എത്രയോ ചോരച്ചാലിൽ,
എത്രയോ കണ്ണീർക്കുണ്ടിൽ
ശൈശവത്തിലെ കൊല
രാമനെ കൊണ്ടെത്തിച്ചു!

ഒടുവിൽ കൊന്നു രാമൻ
തനിക്കായ് സ്വയമെല്ലാം
ത്യജിച്ച കന്മഷമില്ലാ
നിർമ്മല ഹൃദയത്തെ

എനിക്കു സന്ദേഹം, രാജ-
ജയത്തിൻ കഥയല്ല

മഹർഷി വാത്മീകിക്കീ
മനുഷ്യ ദു:ഖത്തിൻ കാവ്യം

പ്രിയനാൽ മുറിവേറ്റ
സ്വാഭിമാനത്തിൻ നോവിൽ
ഉയർന്ന യാത്രാമൊഴി
ജയഗീതകമാണോ?

വിശ്വസ്ത ഭക്തൻ, പ്രിയ
സോദരൻ, പ്രജാവ്യൂഹം,
സ്വന്ത രക്തത്തിൽ
ജാതരായ തന്നുടെ പുത്രർ

ആരുടെയൊക്കെ വിരൽ,
ആരില്ലയതിൽ, തന്റെ
നേർക്കു ചൂണ്ടുവാൻ ചോദ്യ-
ക്കൂരമ്പു തൊടുക്കാത്തോർ

പിൻതുടർന്നെത്തും വിരൽ
ചൂണ്ടലിൽ നിരായുധ-
മാകുമാത്മനിന്ദക്ക്
ജയമെന്നല്ലല്ലോ പേർ

സരയൂ നദിയുടെ
അത്യഗാധതകളിൽ
അഭയം കണ്ട രാജന്റെ
ഒഴിഞ്ഞ സഞ്ചിക്കുള്ളിൽ

വീരഗാഥകളില്ല
ജയരേഖകളില്ല
ജീവിതം ശേഷിപ്പിച്ച
വ്യഥതൻ ഗന്ധം മാത്രം..!

•

# എനിക്കു സന്ദേഹം
## (രണ്ടാം ഭാഗം)

അരികെ ആകാശം പോൽ
ആഴവും പരപ്പുമായ്
ഭാരത മഹാകാവ്യം
എന്നുള്ളിൽ സന്ദേഹങ്ങൾ

മഹർഷി വ്യാസൻ താളി-
യോലയിൽ നക്ഷത്രങ്ങൾ
വരഞ്ഞിട്ടപ്പോൾ തേടി
പ്പോയതെന്തിനെ ആവാം!

ഭൂമിയിൽ ധർമ്മം സംസ്ഥാ-
പിപ്പതിങ്ങനെ ഈശൻ
എന്നതിൻ തെളിവൊരു
പോരിനാൽ വരയ്ക്കാനോ?

പാർഥസാരഥീതന്ത്രം
തെളിച്ച വഴി പോയ
പാണ്ഡവപ്പടയുടെ
ജയ നാൾവഴികളോ?

പെണ്ണൊരുമ്പെട്ടാൽ പൃഥ്വി
എന്തുമേതുമായ് തീരാം
എന്നതിൻ ചടുലമാം
ചിത്ര നിർമ്മിതികളോ?

എനിക്കു സന്ദേഹം, മുനി
ജീവിതാനുഭവക്കടൽ

കടഞ്ഞതെന്തിന്നാവാം
ഏതു നേരിലേക്കെത്താൻ!

വിജയം പരാജയം
നന്മ തിന്മകളിമ്മ-
ട്ടൊരു നേർക്കണക്കായി
ജീവിതം കണ്ടോ കവി?

തിരകൾ, നിരന്തരം
വികൃതിക്കളികളാൽ
തീരത്തിൻ രൂപം മാറ്റും
കുസൃതിത്തിരകൾ പോൽ

കണക്കു പിഴക്കുന്ന
ജീവിതാനുഭവത്തിര-
ക്കളിയാൽ രൂപം മാറും
കടലായല്ലേ കണ്ടു?

ധർമ്മമേതധർമ്മമേ-
തേതു തെ,റ്റേതേ ശരി
എന്നതു വിധിക്കുവാൻ
കാവ്യത്തെ നിയോഗിച്ചോ?

ഇല്ലല്ലോ, വിധികർത്താ
വെന്ന മട്ടിലീ കാവ്യം
എങ്ങുമേ വരുന്നില്ല
ഒന്നിലും നോക്കുന്നില്ല

ശന്തനു, കൃഷ്ണദ്വൈപാ-
യനനാം വ്യാസൻ, കുന്തി,
ദ്രൗപതി, ധർമ്മപുത്ര-
രാകുന്ന യുധിഷ്ഠിരൻ

എന്തിന്, കൃഷ്ണൻ പോലും
ശരിതെറ്റുകളായി

ധർമ്മികൾ അധർമ്മികൾ
രണ്ടുമായല്ലേ നില്പൂ

ഗാന്ധാരീശാപച്ചൂടിൽ
ഉരുകുന്നില്ലേ ശൗരി
ഭൂമിക്കും താഴേക്കപ്പോൾ
താണിറങ്ങിപ്പോയില്ലേ?

തുടമേൽ പ്രഹരിച്ച
ചതിവിൽ തോല്ക്കാത്തവൻ
മരണക്കിടത്തത്തിൽ
ഉയരം താണ്ടുന്നില്ലേ?

കിളിയെ കൊല്ലാനെയ്ത
വേടന്റെയമ്പാൽ സാക്ഷാൽ
ജഗദീശ്വരൻ തന്റെ
മൃത്യുവെ ചുംബിച്ചില്ലേ?

ആരാണ് ശരി, നന്മ?
ആരുടെ ഭാഗം ധർമ്മം?
എന്തുവച്ചളക്കണം
തെറ്റിനെ, ശരിയെയും?

ധർമ്മയുദ്ധത്തിൻ ബാക്കി-
പത്രമാം കബന്ധങ്ങൾ,
വൈധവ്യം, അനാഥത്വം,
നീണ്ടു നീണ്ടു പോം പക...

എന്താണാ വിമൂകത
കാലത്തിൻ കാതിൽ ചൊല്ലും
എന്നെന്നും ഓർമ്മിക്കേണ്ടും
പരമാർത്ഥത്തിൻ പൊരുൾ?

ജീവിതമതിൻ ലക്ഷ്യം

വിജയിക്കുക എന്നോ?
ഒന്നിനെ തോല്പിക്കലേ
മറ്റൊന്നിൻ ജയമെന്നോ?

അല്ലല്ല മഹാകാവ്യം
അങ്ങനെ ചൊല്ലുന്നില്ല
അങ്ങനെ ചൊല്ലാനൊരു
കാവ്യവും മുതിരില്ല

എനിക്കു സന്ദേഹം വീണ്ടും
കാലമാണല്ലോ വ്യാസൻ
വിടർന്നും കൊഴിഞ്ഞുമായ്
തുടരും വാഴ്‌വിൻ സാക്ഷി

വരച്ചീടുമോ കവി
കാവ്യത്തെ കളങ്ങളായ്
നന്മതിന്മകളുടെ കളം
ശരിതെറ്റുകളുടെ കളം?

സന്ദേഹം അസ്ഥാനത്താം
വരയ്ക്കില്ലൊരിക്കലും
കവി ജീവിതം കണ്ട-
തങ്ങനെ ആവില്ലല്ലോ.

നേർരേഖയല്ലേയല്ല
ജീവിതയാത്രാവഴി
നേർവര തേടിപ്പോന്നോർ-
ക്കളവു തെറ്റിപ്പോകും

വൈരുദ്ധ്യ സമുച്ചയം
അതു താൻ ചേരും പേര്
ശരിതെറ്റുകളില്ല
ജീവിതം, അതുമാത്രം

ഒരിക്കൽ ധർമ്മത്തിനെ-
ന്നർത്ഥമെന്നാരാഞ്ഞപ്പോൾ
ഗുഹയിൽ നിഹിതമെ-
ന്നുത്തരം ലഭിച്ചില്ലേ?

ഒട്ടേറെ അധർമ്മങ്ങ-
ളാടിയ ധർമ്മക്ഷേത്രം,
തങ്ങളിൽ തല്ലിത്തല്ലി
ഒടുങ്ങും യദുകുലം,

കടലിൽ താണേ പോയ
യാദവ പുരി എല്ലാം
പറവതൊരേ സത്യം
ജീവിതം അളക്കായ്ക.

അളന്നു പോയാൽ തെറ്റും
എപ്പോഴും എവിടെയും.
അളവിൽ തെറ്റുന്നതിൻ
പേരോ ജീവിതമെന്ന്

●

# എനിക്കു സന്ദേഹം
## (മൂന്നാം ഭാഗം)

എനിക്കു സന്ദേഹം ഗീത
ഏറെനാളോർമ്മിപ്പിക്കും
മുഖം ആരുടേതാവാം
അത് പാർഥൻറേതല്ലേ

മുന്നിലായ് രണാങ്കണം
ഇരു തട്ടിലായ് തമ്മിൽ
കൊല്ലുവാൻ ഊഴം കാക്കും
പ്രിയരാം തൻ ബന്ധുക്കൾ

മരണം വിതയ്ക്കാനായ്
കുതിച്ചു പായാൻ വെമ്പും
തേരുകൾ, കുതിരകൾ,
ആനകൾ, ശസ്ത്രങ്ങളും

അരികെ പ്രിയൻ കൃഷ്ണൻ
തേർ തെളിക്കയാണെന്നാൽ
തിരയുന്നുണ്ടെന്തിനോ
തൻ മനോരഥ വീഥി

ദൃഷ്ടി പായിച്ചു പാർഥൻ
ഓരോരോ മുഖങ്ങളിൽ
പലതിൽ നിന്നും മനം
മടങ്ങാൻ മടി കാട്ടി

ഓർമ്മകൾ ! തിങ്ങിക്കേറു-
മോർമ്മകൾ ! സ്നേഹത്തിന്റെ,

ലഭിച്ച വാത്സല്യത്തിന്റെ,
ഏറ്റ ലാളനത്തിന്റെ.

തളരുന്നോ തൻ തനു
വിറകൊള്ളുന്നോ ദേഹം
കയ്യിലെ ഗാണ്ഡീവത്തിൻ
പിടിയിൽ അയവുണ്ടോ!

അടക്കാൻ ശ്രമിച്ചെല്ലാം
മറക്കാൻ ശ്രമിച്ചെല്ലാം
മറന്നു പോരാടാനുള്ളിൽ
കരുത്തു തിരക്കി താൻ

ഇല്ലൊന്നും മായുന്നില്ല
മനസ്സു മായ്ക്കുന്നില്ല
ഇവരെ വീഴ്ത്താനായ് താൻ
ഗാണ്ഡീവമെടുക്കയോ!

എനിക്കു വയ്യാ കൃഷ്ണാ
ഇവരുറ്റവരോടു
പൊരുതാൻ, എനിക്കില്ല
പൊരുതി നേടാനൊന്നും

ഇവരെ വധിച്ചിട്ടു
രാജ്യമെന്തിനായ്? അതിൻ
വിജയം നേടിത്തരും
ശ്രേയസ്സിൻ വിലയെന്ത്?

ആചാര്യർ, പിതാമഹർ
പുത്രതുല്ല്യരാം പ്രിയർ
ഇവർക്കു പകരമായ്
എനിക്കെന്തിനു രാജ്യം!

അർജ്ജുനവിഷാദത്തിൻ
വാക്കുകൾ... ഇവയ്ക്കല്ലേ

സ്നേഹത്തിൻ, വിവേകത്തിൻ
അറിവിൻ ഗന്ധം, ചന്തം?

എനിക്കു സന്ദേഹം കൃഷ്ണൻ
തെളിക്കും വഴി സ്നേഹ
ക്കരുത്തിന്റേതോ, ജീവ-
സ്സുറഞ്ഞ ജ്ഞാനത്തിൻറേതോ?

'സ്ഥിതപ്രജ്ഞനാകുക
മൃത്യുവെ ഭയക്കായ്ക
മൃത്യു എന്നാൽ ജീർണ്ണിച്ച
വസ്ത്രത്തെ മാറ്റുന്ന പോൽ

മരിപ്പു ദേഹം, ദേഹി
കൂടുമാറുന്നേയുള്ളൂ
ദേഹിയെ അമ്പും, തീയും
ഒന്നുമേ കൊല്ലുന്നില്ല

വധിക്കാൻ മടിക്കണ്ടാ
വധിക്കുന്നില്ലാരെയും
വധവും മരണവും
തോന്നൽ, കേവലം മായ

ക്ഷത്രിയ ധർമ്മം യുദ്ധം
സ്വർഗ വീഥി താൻ വധം
ഉറങ്ങും ക്ഷാത്രവീര്യമേ
ഉണരൂ ഉത്തിഷ്ഠത!'

പറയാൻ കൊള്ളാം, കേൾക്കാ-
നതിലും കൊള്ളാം, കേട്ടാൽ
മനസ്സിലെങ്ങും തൊടാ-
തങ്ങനെ കിടന്നോളും

എവിടോ കടിക്കുന്ന
കല്ലുപോൽ, ദഹിക്കാതെ

വയറ്റിൽ കുടുങ്ങിയ
കട്ടിയുള്ളാഹാരം പോൽ

എത്രമേൽ അടുക്കുവാൻ
ശ്രമിച്ചീടിലുമെന്നും
അകലം നിർത്തും ബന്ധം
തുടരും അതിഥി പോൽ.

മനസ്സിലേറുന്നില്ല
മനസ്സിൽ തൊടുന്നില്ല
മനസ്സിൽ തൊടുന്നതോ
അർജ്ജുന വിഷാദം താൻ

അതു ദൗർബല്ല്യമെന്നോ?
നമുക്കു വേണ്ടതാ ബലം
നമുക്കു വേണ്ടല്ലോ കൊന്നു-
കൂട്ടലിൻ ന്യായം തേടൽ?

നമുക്കു വേണം, അന്യ
ജീവനെ നോവിക്കുവാൻ
കരങ്ങൾ പൊങ്ങാത്തോരെ
സ്നേഹത്താൽ ബലിഷ്ഠരെ

ശവപ്പറമ്പുകൾക്കു മേൽ
പണിഞ്ഞ സ്വർഗങ്ങളല്ല
നമുക്കു വേണ്ടത് പാർഥ
നൊമ്പരത്തിലെ ശുദ്ധി

എനിക്കു വിശ്വരൂപത്തിൻ
ഭ്രമിക ദൃശ്യമല്ലിഷ്ടം
കൊലയ്ക്കു മടിക്കുമീ
പാർഥന്റെ മുഖം പ്രിയം.

●

# അതു മതി

ഒരു വെയിൽ ചീന്തു മതി
ഒരു നിലാക്കീറു മതി
ഒരു കുഞ്ഞു പൂവു മതി
ഒരു കിളിയൊച്ച മതി
ഒരു മഞ്ഞുതുള്ളി മതി

ഒരു പുതുമഴ തന്ന
കുളിർ നീരു മോന്തി ഒരു
ചെറു മയക്കം പൂണ്ട
കരിയില കാഴ്ച മതി

മഴ തോരുവോളമെൻ
അരികു ചേർന്നിങ്ങനെ
ഒഴിയാത്ത ഇളകാത്ത
കുരുവിയുടെ കാവൽ മതി

ഇവരുടെ കരുതൽ മതി
ഇവരെനിക്കായെന്നും
ഇവിടൊരുക്കീടുന്ന
നറു വിരുന്നൂട്ടു മതി

ഇവിടെന്നുമിങ്ങനെ
ഇവരുടെ അതിഥി ഞാൻ
ചെറിയവനല്ലെന്ന
ചെറുചെറിയ തോന്നൽ മതി

അതു മതി തോന്നലിൻ
തുണ മതി, ഇവിടുള്ള-
തഖിലവും ഒരുതരം
തോന്നൽ

സ്നേഹമെന്നൊരു തോന്നൽ
ഇല്ലെന്നു മറു തോന്നൽ
സുഖദു:ഖമൊക്കെയും
തോന്നൽ

ഒരു പാടു വേണ്ടെ-
നിക്കിവർ ചുറ്റുമുള്ളപ്പോൾ
ഒരുപാടുണ്ടെന്നുള്ള
തോന്നൽ മതി

ഇവിടിരുന്നിങ്ങനെ
രുചി നുണയുമെന്നുടെ
ചുമലിലാരോ വന്നു
വിരൽ തൊടുന്നു

പിന്നിൽ നോക്കുന്നു ഞാൻ
പൊട്ടിയ കൽപ്പടവിൽ
കുറുമുല്ല കേഴുന്നു
കുടിനീർ വേണം

കുടിനീർകൊടുത്തു
തിരിഞ്ഞതേ അകലേന്ന്
പയർവള്ളി പറയുന്നു
ദാഹം

തുളസിയുടെ മുളകിന്റെ
തുമ്പയുടെ തെച്ചിയുടെ
കുഞ്ഞുങ്ങൾ കേഴുന്നു
ദാഹം

പറയേണ്ട വേനലിൻ
കരുണയില്ലാ വെയിൽ
വെയിലിലീ ചെടികളുടെ
ദാഹം

ചോദിച്ചവർക്കൊക്കെ
ദാഹിച്ചവർക്കൊക്കെ
കുടിനീർ കൊടുത്തവൻ
ഈ ഞാൻ

വിരുന്നുണ്ടു ശീലിച്ച
അതിഥിയല്ലിപ്പോൾ ഞാൻ
വിരുന്നൂട്ടും ശീലിച്ച
പഥികൻ

ചെറിയവൻ എന്നെന്നെ
ചെറുതാക്കി കാണല്ലേ
കൊള്ളൽ കൊടുക്കൽ ഞാൻ
കണ്ടോൻ

അതു മതി ഇങ്ങനെ
ഒരു തോന്നൽതുണ മതി,
ഇവിടുള്ളതൊക്കെയൊരു
തോന്നൽ

•

# വെറുതെ ചിലത്

നീ നടപ്പതതിന്നൊപ്പമാകിലും
നീ ഇടയ്ക്കു നടപ്പു നിർത്തീടിലും
നീളുമീവഴി എന്നും അവിരാമം
നീങ്ങുകയാണു കാലമാം യാത്രികൻ

നെഞ്ചിനുള്ളിലായ് ഉണ്ടൊരലമാര
എത്രയെത്ര ഫയലുകളാണതിൽ
തേടിപ്പോയ സുഖത്തിൻ ഫയലുകൾ
തേടിയെത്തിയ നോവിൻ ഫയലുകൾ

ജീവിതം എന്നാലെന്തെന്ന ചോദ്യത്തി-
നൊറ്റ ഉത്തരം മൃത്യു എന്നാണെന്നോ
മൃത്യു എന്നാലതെന്തെന്നു ചോദിക്കിൽ
ഉത്തരമില്ലാച്ചോദ്യമെന്നുത്തരം!

ശാന്തി തേടുകയായിരുന്നോ നിങ്ങൾ
ജീവിതത്തിൻ തുടക്കംതൊട്ടിന്നോളം
ശാന്തി എന്തെന്നോ നോക്കൂ മരണത്തി-
ലേക്കിറങ്ങുന്നയാളിന്റെ കൺകളിൽ

പാവമാണു മരണം നാമെത്രയോ
കാലമായിട്ടതിൽ പഴി ചാരുന്നു
ദ്രോഹമത്രയും ചെയ്യുന്നു ജീവിതം
സാധു മൃത്യു പ്രതിക്കൂട്ടിലാവുന്നു

സ്നേഹമെന്തെന്ന്, തീവ്രത ചോരാത്ത
സ്നേഹമെന്തെന്നറിയണോ, ചെല്ലുക
ഒറ്റ വട്ടം മരണത്തിൻ പുല്കലിൽ
പെട്ടു നോക്കൂ അയയില്ലൊരിക്കലും

സ്നേഹമാകട്ടനുകമ്പയാകട്ടെ
ജീവനോടെ ഇരിക്കവേ കാട്ടുക
പട്ടടയുടെ മുന്നിൽ കരയുവാൻ
എത്രപേർ വേറെ വന്നു നിരക്കുന്നു

അന്ത്യയാത്രയ്ക്കൊരുങ്ങിയിറങ്ങവെ
എന്റെനേർക്കൊന്നുനോക്കുമെന്നോർത്തുപോയ്
പിന്നെ ഓർത്തു ചെറുപ്പത്തിലേ പുത്തൻ
ഷർട്ടണിഞ്ഞാൽ മുഖത്തു നോക്കാത്തവൻ

ഉള്ളിലാരോ മരിച്ചുകിടക്കുന്നു
എത്ര ശൂന്യത എന്തൊരു മൂകത
ദൂരെ നിന്നൊരു തേങ്ങലിന്നുത്തരം
'സത്യം- എന്നേ മരിച്ചുകിടപ്പിയാൾ'

●

# നേര്

–1–

ഇവിടം ദു:ഖസ്ഥലിയാ-
ണെന്നതു നേര്
ഇവിടെ പകലും
രാവാണെന്നതു നേര്
ഇവിടെ മധുവും
വിഷമാണെന്നതു നേര്

–2–

ഇവിടെ സ്വർഗം നരകം പോലെ-
ന്നിവിടെ സ്നേഹം കണ്ണീരാണെ-
ന്നിവിടെ പ്രണയം കപടം താനെ-
ന്നിവിടെ ചിരിയും പകയാണെന്ന്
ഇവിടെ പാർക്കാൻ ഭയമാണെന്ന്
ഇവിടെ ജീവിത വിത്തു വിതച്ചി-
ട്ടൊടുവിൽ കൊയ്വതു മൃതിയാണെന്ന്
ഇവിടുന്നിന്നേ നിമിഷം വരെയും
കരയാതാരും പോയിട്ടില്ലെ-
ന്നൊരുവിധ വിവരം വച്ചവരിനിമേൽ
ഇവിടെ വരാനായാശിക്കില്ലെ-
ന്നിവിടേക്കിനിമേൽ വരവേ വേണ്ടെ-
ന്നതിനായ് പലരും വഴിതേടുന്നെ-
ന്നതിനു സഹായികളായി പലരും
മുകളിലിതെവിടോ പാർക്കുന്നുണ്ടെ-

ന്നവരെ പക്ഷെ നേരിൽ കണ്ടവർ
ഇതുവരെ ഇവിടെ ഉണ്ടായില്ലെ-
ന്നതിനാൽ ഇവിടം മാറാതിങ്ങനെ
വരവും പോക്കും ചിരികരയലുകളും
മധുരം തോന്നും കയ്പും, സ്വർഗം-
വഴി ചെന്നെത്തും നരകക്കൂടും
പകയും പ്രേമവും അലിവും പേടിയും,
ഇടയിടെ ഇങ്ങനെ പല കലപിലയും
കലരുകയാണിവിടെല്ലാം തമ്മിൽ
കലർന്നു കിടക്കുകയാണിവിടെല്ലാം

–3–

പലരും പറയുന്നിവിടെ, പക്ഷെ
പണ്ടേതന്നിവിടിങ്ങനെ തന്നെ-
ന്നിങ്ങനെ തമ്മിൽ തമ്മിൽ കലരലി-
ലാണിവിടുത്തെ രുചി രസമെന്ന്
പണ്ടെങ്ങാണ്ടിവിടാരോ എഴുതിയ
കഥയവർ കാട്ടി തെളിവായ് പറയും:
കണ്ടോ കഥയിത് പാണ്ഡവ കൗരവ
കലപില ജീവിത നേർവർണ്ണന താൻ
എങ്ങുമൊരിക്കലുമുണ്ടായിട്ടി-
ല്ലെല്ലാംകലരാ ജീവിതയാത്ര
നന്മകൾ തിന്മകൾ സുഖദു:ഖങ്ങൾ
പകയും പ്രേമവും ആർത്തിയുമലിവും
എല്ലാം കലരുമൊരവിയലിനെത്താൻ
നമ്മൾ വിളിപ്പൂ ജീവിതമെന്ന്

എങ്ങുതുടങ്ങുന്നെങ്ങേ തീരുവ-
തെന്നറിയാതറിയാതലറുന്നീ
നിന്നാണം നെറിയില്ലാക്കടലേ
നമ്മൾ വിളിപ്പൂ ജീവിതമെന്ന്

-4-

എങ്കിലും എങ്കിലും ഇനിയൊരു ചോദ്യം
ഉണ്ടോ വല്ലിടം ഇവിടം പോലെ?
സുഖവും ദു:ഖവും ഇടകലരുമ്പോൾ
അതിലെ എരിവും പുളിയും മധുരവും
ഒന്നും വേണ്ടിനി എന്നു പറഞ്ഞി-
ട്ടെല്ലാം കിട്ടാൻ തത്രപ്പെടലും
വേണ്ടാ വേണ്ടാ എന്നു പറഞ്ഞാൽ
വേണം എന്നങ്ങർഥം വരലും
പല പല വഴിയെ പോയീടുന്നവർ
പല പല നിലയിൽ ചിന്തിക്കുന്നവർ
പല വർണ്ണങ്ങളിൽ സ്വപ്നം കാണ്മവർ
പുഴയും കടലും കരയും കാറ്റും
മലയും കായലും ഉദയാസ്തമയവും
ചെറുതും വലുതും കുഴിയും കുന്നും
ചിരിയുടെ സുഖവും ദു:ഖച്ചൂടും
ബഹു വർണ്ണങ്ങൾ ബഹു സ്വരരാഗം
എല്ലാം കലരുമൊരുത്സവമുണ്ടോ?

ഉണ്ടോ ഉണ്ടോ ഇവിടീ ഭൂമിയി-
ലല്ലാതെവിടെയുമീ രസമുണ്ടോ?

ചിരി വന്നാലതു ചിരിയാക്കീടുക
കരയേണ്ടതിനായ് കരയുക നമ്മൾ.

●

# എന്റെ നിളാനദീ

എന്റെ നിളാനദീ, നിന്റെ തറവാട്ടു-
മുറ്റമിതെത്രയോ ധന്യം
ഇവിടുത്തെ ഓരോ
മണൽത്തരിയും നറും
കവിതയുടെ പാൽ ചുരത്തുന്നു
ഇവിടെയീകാറ്റിൻ കരങ്ങളിൽ
പാട്ടിന്റെ പരിമളമൂറുന്നു!

ഇതു ഗാനഗന്ധർവ
ഗേഹ, മീ പൂമുഖ-
ത്തോർമ്മകൾ അനുഭൂതി മധുരം

ഒരു പൊന്നെഴുത്താണി
കൊഞ്ചിച്ചു പാടിച്ച
ശരികപ്പൈതലാം ചാരുശീല
കിളി പാടി രാമകഥ,
കിളി പാടി സീത വ്യഥ
കിളി പാടി വാഴ്വിതൊരു
പെരുവഴിയമ്പലം
ഇതിലെ വഴിപോക്കർ നമ്മൾ

പാൽക്കടൽത്തിര പോലെ
തള്ളും പദങ്ങളിൽ
ഹാസ്യപ്പനയോല ചാർത്തിയൊരാൾ
വാക്കിനെ അമ്പാക്കി
അമ്പിനെ ചിരിയാക്കി
വാക്കിന്റെ തുള്ളൽപ്പടയൊരുക്കി

നാടെന്നു കേട്ടാൽ
തിളയ്ക്കുന്ന ചോരയിൽ
പാടാൻ പിറന്ന കവിമൊഴിയാൽ

അടിമനുകം ഇനിയിവിടെ
വേണ്ടെന്ന പാട്ടിന്റെ
പടയൊരുക്കം കണ്ട നിന്റെ മുറ്റം
കഥകളിപ്പുരയിലെ
കമലദള മുദ്രയ്ക്കു
കളരിയുമൊരുക്കിയീ പൂമുഖത്ത്

ഇതു ഗാനഗന്ധർവ
ഗേഹ, മീ പൂമുഖ-
ത്തോർമ്മകൾക്കെല്ലാം സുഗന്ധം!
മനസ്സിനെ മലരണി-
ക്കാടാക്കി നോവിന്റെ
ലഹരിയിൽ പാടാൻ പിറന്നോനൊരാൾ
കവിതയെ കനകച്ചിലങ്കയണിയിപ്പിച്ചു
മതിമോഹന നർത്തനം ഇവിടെയാടി

ഉണ്ണിയെ സ്നേഹിച്ചു-
പോയ പൂതത്തിന്റെ
അമ്മമനസ്സിലെ നോവറിഞ്ഞോൻ
അധികാരം കൊയ്യാനായ്
അതിനുമേൽ വിള കൊയ്യാൻ
കുഴലൂതി എത്തിയിരുന്നിവിടെ

കളിയച്ഛനിനിയൊരാൾ
ജനിയെന്ന മൺകുട-
പ്പൊരുൾ തേടി
പാടിയലഞ്ഞിരുന്നു
നേരെന്നൊരീശ്വരൻ
ഉണ്ടെങ്കിൽ ആ മുഖം
കാണുവാൻ പാടി നടന്നിരുന്നു
മലരിന്റെ മുള്ളിന്റെ
മലയുടെ മുന്നിലായ്
മേഘരൂപം പൂണ്ടു നിന്നിരുന്നു

കവിമാത്രമാണു ഞാൻ
എന്നുറക്കെപ്പറ-
ഞ്ഞിവിടൊരാൾ
കവിതകൾ കൊയ്തിരുന്നു
അങ്കണത്തൈമാ-
ഞ്ചുവട്ടിലൊരമ്മതൻ
കണ്ണീർക്കയങ്ങളെ കണ്ടിരുന്നു
ചോര തുടിക്കും കരങ്ങളിൽ ജീവിത-
പ്പന്തം കൊളുത്തി കൊടുത്തിരുന്നു

നിളയുടെ തിരുമുറ്റ-
ത്തൊരുപിടി ഓർമ്മകൾ
ഓർമ്മയിൽ പാട്ടിന്റെ ഗന്ധം!
ഇനിയുമുണ്ടിവിടൊരാൾ
കഥകൾ നെയ്യുന്നവൻ
നിളയുടെ മണ്ണിന്റെ ചൂരറിഞ്ഞോൻ
മനസ്സിന്റെ ഏകാന്ത
തീരങ്ങൾ തേടുവോൻ
നാലുകെട്ടിൻ നെടുവീർപ്പറിഞ്ഞോൻ
സ്നേഹത്തിനായ് തന്റെ
ഊഴം വരാൻ കാത്ത
വീരന്റെ വേദന തൊട്ടറിഞ്ഞോൻ

നിളെ നിന്റെ തറവാട്
ധന്യ, മീ മുറ്റത്തെ
മണ്ണുമീ കാറ്റും ധനികം
മൂളാനവർക്കെത്ര ശീലുകൾ, ചൊല്ലുവാൻ
കേൾക്കുവാനെത്ര കഥകൾ!

●

# കാക്കേ കാക്കേ കൂടെവിടെ?

കാക്കേ കാക്കേ കൂടെവിടെ
കൂട്ടിനകത്തൊരു കുഞ്ഞുണ്ടോ?

ശരി ശരി ചോദ്യം നീട്ടേണ്ടാ
ചോദ്യം പഴയതു താനല്ലോ
കൂടുണ്ടതിലെൻ കുഞ്ഞുണ്ട്
കുഞ്ഞിനു തീറ്റി കൊടുക്കേണം
കുഞ്ഞിനു തീറ്റി തെരക്കാനായ് ഞാൻ
നാടും വീടും തെണ്ടുന്നു.

എന്നാലും ഞാൻ കുഞ്ഞേ നിന്നുടെ
കയ്യിലെ അപ്പം കൊത്തില്ല
നിൻ സ്ഥിതി കണ്ടിട്ടെൻ കുഞ്ഞേ ഈ
കാക്കക്കരളുരുകീടുന്നു...
കുഞ്ഞു വിശന്നു കരഞ്ഞീടുകിലും
പേടിക്കാതെ പറക്കാലോ
കുഞ്ഞിനു തീറ്റി കൊടുക്കാനിങ്ങനെ
എങ്ങും പാറി നടക്കാലോ
എങ്ങും പാറിപ്പാറി നടക്കെ
തടയാനാളു വരില്ലല്ലോ
വഴിയിൽ കാണും കിളികളുമായ്
സൊറ പറയാൻ ഭയവും വേണ്ടല്ലോ
സ്വന്തം കൂട്ടരെ രോഗികളായി
കണ്ടു ഭയന്നകലേണ്ടല്ലോ
അവരോടൊന്നു ചിലയ്ക്കാൻ മാസ്കിൻ

മറയുടെ മതിൽ പണിയേണ്ടല്ലോ
കൂട്ടിൽ കുഞ്ഞിനെ ഒന്നു തലോടാൻ
സോപ്പാൽ കൈ കഴുകേണ്ടല്ലോ.
എത്ര കിടന്നെന്നെത്ര തുലഞ്ഞെ-
ന്നെണ്ണാൻ ജീവിക്കേണ്ടല്ലോ
ലോകമിതൊന്നേ എന്നത് മരണ-
ക്കൊയ്ത്തിൽ നിന്നറിയേണ്ടല്ലോ
അധിപൻ ഞാനൊരു
കുമിള, അണുവാൽ
തകരാമെന്നറിയേണ്ടല്ലോ

എല്ലാം ഓർക്കിൽ കുഞ്ഞേ ഞങ്ങടെ
കാക്കസ്ഥിതി താൻ ഇതിൽ മെച്ചം
നിറം കറുപ്പാണെന്നാലുള്ളിൻ
നിറം വെളുപ്പാണെപ്പോഴും
സ്വരം പരുക്കൻ എന്നാലതിലൊരു
വിനയം കേൾക്കാം കാതോർത്താൽ
രാഗാലാപനമല്ലതിലുണ്ടൊരു
നാടൻ പാട്ടിൻ ചങ്ങാത്തം
സംസ്കൃതമല്ലത് സമഭാവനയുടെ
സമഷ്ടിവീക്ഷണ സംസ്കാരം
കുഞ്ഞേ നീ വളരേണം വളരെ
ഈ പാട്ടുള്ളിൽ കരുതേണം
കാക്ക, കിളികൾ, പുഴുക്കൾ മൃഗങ്ങൾ
എല്ലാം തുല്ല്യസ്ഥാനീയർ
ഇത്തിരി പഠനവുമറിവും നേടി
മായ്ക്കാൻ കഴിയില്ലീ സത്യം
ആരാരുടെയും, മേൽകീഴല്ലത്
ആപേക്ഷികമെന്നറിയുക നീ
ചന്ദ്രനിലേറാൻ, യുദ്ധം ചെയ്യാൻ
നിങ്ങൾ മനുഷ്യർക്കായേക്കാം

കോവിഡ് വന്നാൽ വീട്ടിലിരുന്നു
വീമ്പുകളോർക്കാനേ കഴിയൂ
നോക്കൂ ഞങ്ങൾ കാക്കകൾ കിളികൾ
പാറിനടപ്പൂ പാരെങ്ങും
കോവിഡ് വരവും മരണവുമൊന്നും
ഞങ്ങളറിഞ്ഞില്ലിന്നോളം
ചിലതിൽ നിങ്ങൾ, ചിലതിൽ ഞങ്ങൾ
പ്രകൃതീരചനാ ശൈലിയിത്
ഒന്നും വലുതല്ലൊന്നും ചെറുത-
ല്ലോർക്കൂ കുഞ്ഞേ എപ്പോഴും
കിളിപോൽ പുഴുപോൽ
പ്രപഞ്ചവീടിൻ
ഒരംഗ,മതു താൻ മാനവനും

പോകട്ടെ ഞാൻ കുഞ്ഞേ ഇപ്പോൾ
കൂട്ടിൽ കുഞ്ഞു കരഞ്ഞീടും
ഓർക്കുക നാളെ പുലരെ കാക്കകൾ
കാകാ കരയുവതീ സത്യം.

●

## ഇവിടിനി എത്ര
## കൊറോണ വേണം?

ഇവിടെ ഒരാൾക്കെത്ര ഭൂമി വേണം?
ഒന്നു വന്നൊന്നിരു-
ന്നൊന്നുചിരിച്ചു പി-
ന്നൊന്നു പിണങ്ങി
ക്കരഞ്ഞു പിന്നിത്തിരി
വല്ലതുമുണ്ടു
മയങ്ങി മടങ്ങുവാൻ
ഇവിടെ ഒരാൾക്കെത്ര ഭൂമി വേണം?

ഇവിടെ ഒരാൾക്കെത്ര കാശു വേണം?
ഉള്ളു നിറഞ്ഞൊന്നു
പുഞ്ചിരി തൂകുവാൻ
ഉള്ളിൽ തൊടും പടി
ഒന്നുരിയാടുവാൻ
ഉള്ളു തുറന്നതി-
ലുള്ള ഇടങ്ങളിൽ
ഉള്ളതുപോൽ അപ-
രന്നിടം നല്കുവാൻ
ഇവിടെ ഒരാൾക്കെത്ര കാശു വേണം?

ഇവിടെ ഒരാൾക്കായുസ്സെത്ര വേണം?
എങ്ങനോ എപ്പൊഴോ
ഇങ്ങിവിടെത്തിയോർ

വന്നപ്പൊഴൊന്നുമേ
കയ്യിലില്ലാഞ്ഞവർ
മണ്ണും മതവും
അതിന്റെ മേൽക്കോയ്മയും
ഉള്ളതെല്ലാം എന്റെ
മാത്രമെന്നാർത്തിയും
ഉള്ളിപൊളിക്കലാ-
ണെന്നതുൾക്കൊള്ളുവാൻ
ഇവിടെ ഒരാൾക്കായുസ്സെത്ര വേണം?

ഇവിടിനി എത്ര കൊറോണ വേണം?
വീടാണിതേവർക്കും
ഉണ്ടുറങ്ങാനുള്ള
വീ,ടിവിടില്ല
മതിൽപണിക്കായിടം
കാറ്റും കിളിയും
പുഴകളും പാടുമീ
പാട്ടിലെ നേരി-
ന്നഴകറിയാത്തവർ
ഇത്തറവാടിൻ
വലിപ്പത്തെ ഇത്തിരി
കാഴ്ചവട്ടത്തിൻ
കഷണങ്ങളാക്കുവോർ
ആദ്യം പഠിക്കേണ്ട
പാട്ടിതു പാടുവാൻ
ഇവിടിനി എത്ര കൊറോണ വേണം?

●

# ശ്രീകൃഷ്ണ ഉവാച

ഇത് കൊറോണക്കാലം
ഇവിടെ ദൈവങ്ങളാം
ഞങ്ങളും ലോക്ഡൗണിലിപ്പോൾ

ജോലിക്കു പോയില്ല
നിങ്ങളാരും ഞങ്ങൾ
ക്ഷേത്രങ്ങളിൽ ചെന്നുമില്ല

വെറുതെ ഇരിക്കുമ്പോൾ
സമയം കളയുവാൻ
പലവഴി നിങ്ങൾ കണ്ടെത്തി

വാട്സ്ആപ്പ്, ഫേസ്ബുക്ക്
ചാനലിൻ ചർച്ചകൾ
ഞങ്ങളും ആ വഴിക്കെത്തി

അങ്ങനെ പോകെ ഞാൻ
ഫേസ്ബുക്കിലെ ഒരു
ഭക്തിഗാനത്തിൽ ചെന്നെത്തി

അറിയില്ലേ ഭക്തിഗാന-
ത്തിന്റെ പതിവുകൾ
അവയെല്ലാം ഇവിടെയും കണ്ടു

മുരളീധരാ എന്റെ
തുളസീധരാ എന്നു
പല പേരിലെന്നെ വിളിക്കൽ
മഴമേഘ നിറമുള്ളെൻ
ഉടലഴകു വർണ്ണിക്കൽ
മതിമോഹനം എന്നു ചൊല്ലൽ

മുരളി ഞാൻ വായിക്കെ
സ്വരഗംഗയിൽ മുങ്ങി
സകലം മറന്നതായ് പറയൽ

കനിവിന്റെ കടലാണ്
ഞാൻ അതുകൊണ്ടെന്റെ
തുണ വേണമേ എന്നു കേഴൽ

അറിയില്ലേ പതിവുള്ള
വിഭവങ്ങൾ അവയെല്ലാം
സുലഭം വിളമ്പിയ സദ്യ

അതു വായിച്ചപ്പൊഴെൻ
മനസ്സിലേക്കിങ്ങനെ
അതിനൊരു മറുപടി വന്നു:

ഭക്ത, നീ എന്നെ
സ്തുതിച്ചതു കേട്ടു ഞാൻ
എന്നോടർത്ഥിച്ചതും കേട്ടു

ഭക്തരെപ്പോഴും
സ്മരിച്ചു സ്തുതിക്കുവാൻ
ഇച്ഛ തീരാത്തോർ ദേവർ ഞങ്ങൾ

ആരും സ്മരിക്കാൻ
വണങ്ങാൻ വരാത്തൊരു
കാലം ഹാ, ഞങ്ങൾക്കചിന്ത്യം!

വത്സർക്കു ദർശനം
നല്കി അവരുടെ
ദു:ഖം കഴുകുവോർ ഞങ്ങൾ
ഇത്തൊഴിൽ ചെയ്യാൻ
കഴിയാതെ പോവുകിൽ
നിശ്ചയം, ഞങ്ങൾ പിന്നില്ല!

കാര്യങ്ങൾ പക്ഷെ
മകനേ നീ ഓർക്കുക
പോകുന്നതാ വഴി തന്നെ.

ഞങ്ങൾ തൻ സൃഷ്ടിയോ
എന്നറിയില്ലൊരു
കുഞ്ഞണു ചെയ്തതാണെല്ലാം

ഇപ്പോക്കു പോകുകിൽ
അല്പം കഴിയുമ്പോൾ
ഞങ്ങളെ നിങ്ങൾ മറക്കും

ഇപ്പൊഴേ അങ്ങനെ
ആയതിൻ ലക്ഷണം
ഒട്ടും കുറവല്ല ചുറ്റും

വേണുവിൻ കാര്യം
പറഞ്ഞില്ലേ, ഞാൻ വേണു
ആലപിക്കാറില്ല ഇപ്പോൾ

വേണു വായിച്ചതും
കാലിയെ മേയ്ച്ചതും
കാലമതെത്രയോ ദൂരെ

അന്നു ഞാൻ അമ്പാടി
തന്നിലെ യാദവ-
പ്പയ്യൻ യശോദതന്നുണ്ണി

ഗോപികമാരെയും
ഗോക്കളെയും കുഴ-
ലൂതി മയക്കിയ കണ്ണൻ
പിന്നെ ഞാൻ എത്ര
വഴി താണ്ടി എത്രയോ
മുള്ളും ചെളിയും ചവിട്ടി!

വേണുവിൽ നിന്നി-
പ്പൊഴൂറാൻ മധുവില്ല
പേടിയാണേതിലും ഇപ്പോൾ

അല്ലെങ്കിലും പണ്ട്
അമ്പാടി വിട്ടതിൽ
പിന്നെ ഞാൻ വേണു മറന്നു

എൻ വേണു നാദത്തിൽ
ദാഹാർത്തയായ് രാധ
ഇല്ലായിരുന്നല്ലോ പിന്നെ

(രാധ..! ആ പേരെന്റെ
നാവിലേക്കെത്രയോ
കാലം കടന്നിപ്പൊഴെത്തി....!)

പിന്നെ ഞാനാടിയ-
തെല്ലാം ഒരർഥത്തിൽ
രാഷ്ട്രീയവേഷങ്ങളല്ലേ?

തന്ത്രം മെനയലും
ആഹ്വാനം ചെയ്യലും
കിങ് മേക്കർ ആവലുമെല്ലാം

പോകട്ടതെല്ലാം മകനേ,
നീ ക്ഷേത്രത്തിൽ
വന്നാലും ഞാനില്ലവിടെ

ലോക്ഡൗൺ കാല-
ത്തിറങ്ങി, അതിൽ പിന്നെ
ക്ഷേത്രത്തിൽ എത്തിയില്ലിന്നും
കാര്യം ശരി ദൈവം
ആണങ്കിലും ചില
പേടികൾ ഞങ്ങൾക്കുമില്ലേ?

എൻ പക്കലുള്ള
സുദർശനചക്രമീ
വൈറസ്സിനോളം വരില്ല

എങ്കിലും എന്റെ
അനുഗ്രഹം തേടി നീ
എൻ സവിധത്തിൽ വരണേ

എൻ വത്സ, പക്ഷെ നീ
ഒന്നോർത്തു നോക്കുക
ആരുമോർക്കാത്തൊരീ നേര്

ആരെയും രക്ഷിച്ച-
തില്ല ഞാൻ ഇന്നോളം
ആരെ രക്ഷിച്ചു ഞാൻ? ആരെ?

എൻ പ്രിയ പാർത്ഥനെ?
എന്റെ പാഞ്ചാലിയെ?
ഞങ്ങടെ കുഞ്ഞഭിമന്യുവിനെ?

യുദ്ധം വിഴുങ്ങിയ
നാടിനെ? എന്തിനെ
രക്ഷിച്ചു ഞാൻ ഓർത്തു നോക്കൂ

ബന്ധങ്ങൾ മൂല്ല്യങ്ങൾ
ജീവിതങ്ങൾ തുല-
ച്ചായിരുന്നില്ലേ ആ യുദ്ധം?

എൻ പ്രിയരാം ചിലർ
കാട്ടുതീയിൽ സ്വയം
വെന്തില്ലേ എന്തു ഞാൻ ചെയ്തു?
ഏതോ കടലെടു
ത്തെങ്ങോ മറഞ്ഞില്ലേ
എൻ കുലം, എന്തു ഞാൻ ചെയ്തു?

വേടന്റെ അമ്പെന്റെ
ജീവനെടുത്തില്ലേ
എന്നിട്ടും ഞാനെന്തു ചെയ്തു?

രക്ഷയും ശിക്ഷയും
ഇല്ല ദൈവങ്ങൾക്ക്
ദൈവം എന്നാൽ അതല്ലർത്ഥം

പോകട്ടെ നീണ്ട
വിഷയം, അത് പിന്നെ,
ഇപ്പോൾ അതല്ലല്ലോ കാര്യം

ആകുലരാകാ-
തിരിക്കണം, കാര്യങ്ങൾ
നേരെ ആവാതിരിക്കില്ല

ശാസ്ത്രം എന്തൊക്കെയോ
ചെയ്യുന്നതായ് കേട്ടു
പോംവഴി കണ്ടെത്തിയേക്കാം

കണ്ടെത്തിയാൽ ഉടൻ
ദൈവം തുണച്ചെന്നു
ചൊല്ലാൻ മറന്നുപോവല്ലേ

നിങ്ങൾ അതുവരെ
ചൊല്ലുവിൻ 'അഞ്ജന
ശ്രീധരാ' എന്നുള്ള മന്ത്രം

ഐഹികമായ
സുഖത്തിനായ് മോഹങ്ങൾ
ഇല്ലെന്നേ പാടാവൂ കേട്ടോ

എങ്കിലും കാര്യനടപ്പിനായ്
സോപ്പും ആ മാസ്കും
മറക്കാതിരിക്ക.

●

# സായന്തനം

ഇതുപോലെ വെയിലൊഴി-
ഞ്ഞന്തിക്കു മുമ്പുള്ള
ഇടവേളയാണതിൻ നേരം

സായന്തനം എന്നു
ഞാൻ പറഞ്ഞാലവൾ
സാഹിത്യം വേണ്ടെന്നു പറയും

അതു പറഞ്ഞൊന്നു
ചിരിക്കും, ചിരിച്ചു കൊണ്ട-
വളുണ്ണിമാങ്ങകൾ നല്കും

അതിലൊരെണ്ണം കടി-
ച്ചാപുളിയോടെ ഞാൻ
അവളുടെ നേർക്കൊന്നു നോക്കും

ആകാശനീലിമ
ആകെ നിൻ കണ്ണിന്റെ
ആഴത്തിലുണ്ടെന്നു പറയും

'വെറുതെ പാവങ്ങളെ
മാനത്തു കേറ്റല്ലേ'
അതു പറഞ്ഞവളും ചിരിക്കും
ഒരു പുളിമാങ്ങ ഞാൻ
ഉള്ളിലാക്കുമ്പൊഴേ-
ക്കവളതിലഞ്ചാറു തീർക്കും

പുളിമാങ്ങ തിന്നാൻ
പഠിക്കണം സാഹിത്യം
പറയുമ്പോലല്ലെന്നു പറയും

പകലൊഴിഞ്ഞവളുടെ
നടവഴി ഇരുളുമ്പോൾ
അവൾ പിടഞ്ഞെഴുന്നേറ്റിറങ്ങും

പണി കിടക്കുന്നെനി-
ക്കൊരുപാട്, കൊഞ്ചുവാൻ
സമയമില്ലെന്നു പറയും

അകലേയ്ക്കവളെ
അകറ്റുമിരുട്ടിനെ
ഒരു കാഴ്ച പോലെ ഞാൻ കാണും

അറിയില്ല എത്ര
പതിറ്റാണ്ടകലെ നി-
ന്നിവിടെത്തി ഇപ്പൊഴീ ചിത്രം!

അവൾ പോയ നടവഴി
എവിടെ, അവൾക്കായി
തളിരിട്ട മാവുമിന്നെവിടെ!

അവളോ ? എവിടെയാ-
ണവളിന്ന് ? ഞാനെന്തേ
അതു തിരഞ്ഞേയില്ല പിന്നെ!

തിരയേണ്ടിവന്നില്ല
എന്നെ തിരഞ്ഞെത്തി
അവളെക്കുറിച്ചുള്ള കഥകൾ
കഥകളോ കഥകള-
ല്ലവളെ തകർക്കുവാൻ
മുടിയഴിച്ചാടിയ വ്യഥകൾ

മോഹിച്ചു വേട്ടൊരാൾ
സംശയത്തിൻ തീയിൽ
വീണ് സ്വയം വെന്തൊടുങ്ങി

പിന്നൊരാൾ വഞ്ചന
വ്യാപാരമാക്കിയോൻ
കെണി വച്ചു വീഴ്ത്തുന്നവളെ

അവളാണവൻ കണ്ട
പുതിയ ചന്തച്ചര-
ക്കതിലവളാകെ തകർന്നു

ആരവനെ കൊന്നു?
അവളെ അഴിക്കുള്ളിൽ
ആരീ വിധത്തിലെത്തിച്ചു?

ചോദ്യങ്ങൾ ഉള്ളിൽ
ഉണർന്നു വന്നപ്പൊഴേ-
ക്കേറെ വർഷങ്ങൾ കൊഴിഞ്ഞു

ജയിലിൽ നിന്നെങ്ങനെ
വെളിയിലെത്തി അവൾ
അതിനുമില്ലുത്തരം ഇന്നും!

ഒരു നേരറിഞ്ഞവൾ,
തന്റെ ശരീരമി-
ന്നൊരുപാടു രോഗത്തിൻ കൂട്

ഏതനുകമ്പയാൽ
ആരൊരുക്കി അവൾ
ക്കീയാശുപത്രിക്കിടക്ക

എങ്ങനെ താൻ
പതിറ്റാണ്ടുകൾക്കിപ്പുറം
വന്നാ കിടക്കക്കരികെ!

എല്ലാം കഴിഞ്ഞപ്പോൾ
എല്ലാം തകർന്നപ്പോൾ
ഇന്നിവിടെങ്ങനെ എത്തി!

അല്ലെങ്കിലിനിയെന്തു
ചോദ്യം, എന്തുത്തരം
ഇന്നവൾ വേദനക്കൂട്

വേദനക്കൂടെന്നെ
നോക്കിക്കിടക്കുന്നു
പിന്നൊരു ചിരി വരുത്തുന്നു

'കൊല്ലങ്ങളേറെ
കഴിഞ്ഞല്ലോ ഇപ്പോഴും
പണ്ടത്തെ സാഹിത്യമുണ്ടോ?

ഉണ്ടോ എൻ കൺകളിൽ
ആകാശമിപ്പൊഴും
ഇല്ലെങ്കിൽ എന്തുകൊണ്ടില്ല?

ഉണ്ണിമാങ്ങ പിന്നെ
തിന്നോ പുളിച്ചപ്പോൾ
എന്നെ വെറുതെയൊന്നോർത്തോ?

ഒന്നുമുരിയാടാ-
തിങ്ങനെ നില്ക്കല്ലേ
പണിയൊന്നുമില്ലെനിക്കിപ്പോൾ...'

ഇവളൊന്നു മിണ്ടാ-
തൊരല്പം കിടന്നെങ്കിൽ
എന്റെ മനസ്സു പിടഞ്ഞു

അവളതറിഞ്ഞില്ല
വേദനമൂർച്ഛയിൽ
പലതും പുലമ്പി കിടന്നു

അതിനിടെ പറയുന്നു:
'സായന്തനം എന്ന
സാഹിത്യം ഞാനും പഠിച്ചു

മൂവന്തിയാണല്ലേ
സായന്തനം? അത്
ചോദിച്ചറിഞ്ഞു ഞാൻ പിന്നെ'

'ഒത്തിരി മിണ്ടുന്നു,
വേണ്ട,' ഞാനവളുടെ
തോളിൽ തലോടി പറഞ്ഞു

'എന്റെ സായന്തന-
മായി, മിണ്ടട്ടെ ഞാൻ
രാത്രി എത്താറായെനിക്ക്...'

'ഒന്നും മറന്നില്ല
വേദനകൾക്കിടെ
എന്നെയും നീ മറന്നില്ല'

'പെണ്ണിൻ മനസ്സിൽ
ഒരിക്കൽ കയറിയോൻ
പിന്നെ ഒഴിഞ്ഞു പോവില്ല

സാഹിത്യം വെട്ടി-
വിഴുങ്ങും, മനസ്സിന്റെ
ഉള്ളറിയില്ല ചിലർക്ക്

സായന്തനമായി
നിൽക്കേണ്ടിവിടിനി
പോകൂ ഇരുട്ടിനു മുമ്പ്...!'

●

# അടുപ്പം

ഇവിടൊരാൾക്കപരനോടെ-
ത്ര അടുക്കുവാൻ
കഴിയും, അതാണൊരു ചോദ്യം
പ്രണയത്തിനെക്കുറി-
ച്ച,തിനെമാത്രം കുറി-
ച്ചല്ലല്ല ഇപ്പൊഴീ ചോദ്യം
അവനവൾ, അവനവൻ
അവളവൾ അങ്ങനെ
അതു പിന്നെ ഏതുമാവട്ടെ
ഹൃദയങ്ങൾ തങ്ങളിൽ
മനസ്സുകൾ തങ്ങളിൽ
അതിനെക്കുറിച്ചാണു ചോദ്യം

അതിരു ഭേദിച്ചെത്തി
അകലങ്ങൾ അലിയിച്ച്
അലിയലായ്തീരുമടുപ്പം
അലിയലിൻ ലഹരിയിൽ
അവനവനെ കൊല്ലൽ
അതിനെക്കുറിച്ചാണു ചോദ്യം

കാർവർണ്ണനെ രാധ,
ശ്രീരാമനെ സീത
അതിനെക്കുറിച്ചല്ല ചോദ്യം
പകലിനെ സ്നേഹിച്ചു
പൂ വാടി വീഴുന്നു
പകലും മരിച്ചു മായുന്നു

അകലെ നിന്നോടിവ-
ന്നലകടലിലാഴുന്ന
പുഴയും മരിച്ചു മായുന്നു
അവനവൻകൊല്ലലുകൾ
അറിയാത്ത മായലുകൾ
അതിനെക്കുറിച്ചാണു ചോദ്യം

മതിലുകൾ! എവിടെനിന്നോ
മുളച്ചുയരുന്ന
മതിലുകൾ മറ്റൊരു ചോദ്യം
അറിയാതെ ഉയരുന്ന
മതിലുകൾ അലിയലിൻ
ഇടയിൽ തലയുയർത്തുന്നു
അവനവൻകൊല്ലലുകൾ
തനിയെ മരിക്കുന്നു
മായലോ മാഞ്ഞു പോകുന്നു.

●

# എവിടെത്തിനില്ക്കുന്നു നമ്മൾ

കാതങ്ങൾ എത്രയോ താണ്ടി നമ്മൾ എത്ര
നേട്ടങ്ങൾ കൊയ്തെടുത്തിവിടെ എത്തി
എത്തിനിൽക്കുന്നു പുരോഗതി തന്നഗ്ര -
സീമയ്ക്കു താഴെ അതിന്നരികെ

വെട്ടിപ്പിടിച്ചു നാം നേട്ടങ്ങൾ എങ്കിലും
നഷ്ടപ്പെടുത്തിയോ നമ്മളെന്തോ
എവിടെത്തി നില്ക്കുന്നു നാം എന്നു പരതവേ
നില തെറ്റിയോ എന്ന തോന്നലെന്തേ

വീടുകൾക്കെന്തൊരു ഗാംഭീര്യമാണവ
ഓരോന്നും ഒരൊരോ വിസ്മയങ്ങൾ
പാർപ്പതാരെന്നോ അവയിലോരോന്നിലും
നാലുപേർ ചേരും അണുകുടുംബം

പഞ്ചനക്ഷത്ര വിദ്യാലയങ്ങൾ
ബിരുദങ്ങൾ വിളയും കലാശാലകൾ
അറിവിൻ പ്രകാശ പ്രളയത്തിൽ മറയുന്ന
സാമാന്യ ബുദ്ധിയാം പാൽനിലാവ്

ദിഗ്വിജയത്തിന്റെ യാത്രയിലാണിവി-
ടെത്രയോ കാലമായ് വൈദ്യശാസ്ത്രം
എങ്കിലും എങ്ങനെ മാറുന്നനുദിനം
ആരോഗ്യമില്ലാ സമൂഹമായ് നാം

ചന്ദ്രനിലെത്തി സയൻസും മനുഷ്യനും
ചന്ദ്രൻ നമുക്കയൽവാസിയിപ്പോൾ
ചന്ദ്രനെ നന്നായറിയാം, അറിയില്ല
തൊട്ടയൽക്കാരനെ പറ്റി ഒന്നും

ഇന്നലെ നമ്മൾ ദരിദ്രർ ഇന്നിപ്പൊഴോ
എല്ലാം തികഞ്ഞവരല്ലേ നമ്മൾ
മൊത്തവും നഷ്ടമായ് ഇല്ലാതെ പോയ്
അതിന്നൊപ്പം നമുക്കു മനസ്വസ്ഥത

എത്രയോ ബുദ്ധിമാന്മാർ നമ്മൾ ,നമ്മുടെ
മക്കൾ മിടുക്കർ ഹൈ ഐ ക്യൂ ഉള്ളോർ
ഊതിക്കെടുത്തി വിവേകവെട്ടത്തെ നാം
ഉള്ളിലെ കൈത്തിരി നാളങ്ങളെ

ഏറെ വിലയുള്ള വാച്ചുകൾ കൈകളിൽ
നൂതന സങ്കേത വിസ്മയങ്ങൾ
കെട്ടുന്നു നിത്യം മറക്കാതവ നമ്മൾ
നേരമില്ലൊന്നിനും എന്നു മാത്രം

എല്ലാർക്കുമിപ്പോൾ രഹസ്യ ബന്ധങ്ങളാ-
ണുണ്ടവർക്കെന്തെങ്കിലും ഒളിക്കാൻ
ഉള്ളു തുറന്നുള്ള സ്നേഹമിവിടാർക്കും
ആരോടുമൊട്ടുമില്ലെന്നു മാത്രം

ഇവിടെ മനുഷ്യരൂപത്തിൽ അനേകരു-
ണ്ടവർ വിവിധ വേഷത്തിലെത്തുന്നവർ
അവരാണു നമ്മൾ മനുഷ്യരെന്നാണുപേർ
അവരിലിൽ മനുഷ്യത്വം ബാക്കിയുണ്ടോ

മരണം നമുക്കു മൊബൈലിൽ പടമിട്ടു
വൈറലാക്കാനുള്ള വാർത്തയിപ്പോൾ
മാതാപിതാക്കൾ മരിക്കണം ആദര-
വർപ്പിക്കാനപ്പൊഴേ എത്തു നമ്മൾ

ഇന്റർനെറ്റിപ്പോൾ നമുക്കു കുടിനീരി-
നേക്കാൾ വിലമതിപ്പുള്ള വസ്തു
യൂണിവേഴ്സിറ്റി ബിരുദധാരിക്കല്ല
വിജയിച്ച യു റ്റ്യൂബർക്കർക്കിവിടെ മൂല്ല്യം

മൂന്നാണ് മക്കളീ അമ്മക്ക് മക്കളെ
മൂന്നു പേരെയും വളർത്തി അമ്മ
പ്രായമായിപ്പോൾ കിടപ്പിലായ് മക്കളിൽ
മൂവർക്കും അമ്മ പൊങ്ങാത്ത ഭാരം

ഏറെ വിഭവങ്ങൾ വയ്യ തിന്നാനിനി
തിന്നുതിന്നിപ്പോൾ രുചിക്കുറവ്
കുപ്പയിലേക്കവ എത്തുന്നതും കാത്ത്
കുപ്പയിൽ കണ്ണുമായ് മറ്റു ചിലർ

അല്ല മൃഗങ്ങളല്ലിവിടെ മലിനീകരണം
ഉണ്ടാക്കുവോർ വേറെയാരുമല്ല
മനസ്സെന്ന മണിവീണ ഉള്ളിലുള്ളോരവർ
മനുഷ്യരെന്നറിയപ്പെടുന്നോരവർ

●

# ഇടിയട്ടെ മതിലുകൾ

അകലങ്ങൾ മായട്ടെ മനസ്സുകൾ അടുക്കട്ടെ
അപരിചിതരല്ലല്ലോ നമ്മൾ
അകലങ്ങൾ ജീവിതമല്ലല്ലോ മരണമാ-
ണതു തിരിച്ചറിയേണ്ടേ നമ്മൾ?

ജീവിക്കൽ എന്നല്ലേ ജീവിതത്തിന്നർത്ഥം?
പൊരുതി ജയിക്കലല്ലല്ലോ?
ഇടിയട്ടെ മതിലുകൾ മനസ്സുകൾക്കിടയിൽ നി-
ന്നിവിടടുപ്പം കിളിർക്കട്ടെ

ഇതു പഴയ വേദാന്തം ഇതു വിഡ്ഢി വേദാന്തം
കരുതിയേക്കാം പക്ഷെ നിങ്ങൾ
ഒരു നാളും പഴകാതെ പുതുമ ചോരാതൊരേ-
യൊരു പൊരുൾ ഇതുമാത്രം ഇവിടെ

പടനിലങ്ങൾ ഉണർന്നിവിടെത്ര, എത്രയോ
അധികാരക്കൊടികൾ ഉയർന്നു!
എവിടെയാണിന്നവ, കാലമാം മച്ചിന്റെ
ഇരുളിൽ ഉറങ്ങുകയല്ലേ?

ഒരുപാട് കണ്ടവർ അവരുടെ ഉറക്കത്തിൽ
അവർ കാണ്മതേതു കിനാവ്!
ഒരു ശങ്കയും വേണ്ട പൊരുതലില്ലാ ലോകം
അവർ കാണ്മതിന്നാ കിനാവ്

ഗ്രന്ഥ മലകൾ അതെത്രയോ ചുറ്റിലും,
പാട്ടിന്റെ പാലാഴി എത്ര!
എല്ലാം ഗഹനം ഉദാത്തം മഹത്തരം
എന്തൊരുൾക്കാഴ്ച അവയ്ക്ക്

എങ്കിലും എല്ലാം ഒഴുകി ഒടുവിൽ വ-
ന്നെത്തുന്നതീ വെറും നേരിലല്ലേ
ഇല്ലിവിടെ ഇടമതിൽ ഇല്ലാത്ത മനസ്സുകൾ
പോലെ മനോഹരമൊന്നും!

●

# നിരാലംബ

**-ഒന്ന്-**

ദു:ഖത്തെ വാരിപ്പുണർന്നു നില്ക്കും
നിത്യ തപ്ത ഹൃദയയാം ഭൂമീ
നിന്റെ നിരാലംബ ശോകങ്ങളെ കുറി-
ച്ചെത്ര ജന്മങ്ങൾ ഞാൻ പാടും

എന്തൊരുദാരതയോടു നിന്നുണ്ണികൾ-
ക്കുള്ളതെല്ലാം നീ കൊടുത്തു
ചിരിയുടെ പൂക്കൾ കൊടുത്തു
കലവറത്താക്കോൽ കൊടുത്തു
കനിവിന്റെ അനവദ്യ രാഗമുണർത്തുവാൻ
മനമെന്ന വീണ കൊടുത്തു

പുകയുന്ന നെഞ്ചിനെ നിത്യഹരിതമാം
പുടവയിലൊളിപ്പിക്കുമമ്മേ
ഇനിയെത്ര ജന്മങ്ങൾ
ഈ മുളന്തണ്ടിൽ ഞാൻ
നിന്റെ നിശ്വാസങ്ങൾ ഏറ്റുവാങ്ങും

നിൻ മുലപ്പാലിന്റെ ഗന്ധം മറന്നവർ
തങ്ങളിൽ തല്ലുന്നു
തറവാട്ടു മുറ്റം ചവിട്ടിക്കുഴക്കുന്നു
തുളസിത്തറ തകർക്കുന്നു
ഒരുപിടി മണ്ണിനായ്
പെണ്ണിനായ് അമ്മയെ
കുരുതി കൊടുക്കുന്നു
അവരിന്നും അമ്പല-
ച്ചുവരിനായലറുന്നു
അങ്കം കുറിക്കുന്നു

ഉരുകും മനസ്സുമായ് അഴലിന്റെ പഞ്ചാഗ്നി
നടുവിൽ തപം ചെയ്യുമമ്മേ
നിൻ ദിവ്യദു:ഖത്തെ വാഴ്ത്താനൊരീണമി-
ന്നെന്റെ പുല്ലാങ്കുഴലിന്നു നല്കൂ.

**-രണ്ട്-**

അകലെ ആകാശത്തിൻ
അതിരുകൾ തേടുവാൻ
ചിറകു വിടർത്തുന്ന പറവകളേ
തളരുമ്പോൾ ചിറകു
മടക്കി മടങ്ങുവാൻ
ഒരു കൂട്, വീടിതു ഭൂമി മാത്രം

ഇവിടെ പിറന്നവർ
നിങ്ങളീ വീടിന്റെ
കലവറ നിങ്ങളെ പോറ്റി
ആർദ്രതയാം അന്ന-
മൂട്ടുമീ വീടിന്റെ
ആരൂഢം നിങ്ങൾ
തകർക്കരുതേ
നേരു മറന്നു പറക്കരുതേ

ഒത്തിരി നോവുകൾ
തിന്നവൾ ഈ അമ്മ
ഇനിയും മരിക്കാത്ത ഭൂമി
അമ്മയാം ഉണ്മ
മറക്കരുതേ നിങ്ങൾ
സ്വന്തം കുരുതി ഒരുക്കരുതേ.

# ഗാന്ധി ചോദിക്കുന്നു

ഗാന്ധി ചോദിക്കുന്നു നാടെവിടെ മക്കളേ
എന്റെ കിനാവിലെ നാടെവിടെ മക്കളേ
സായിപ്പിനെ നീക്കി നമ്മുടെതാക്കിയ
നിങ്ങളുടെ നമ്മളുടെ നാടെവിടെ മക്കളേ

ഞങ്ങൾ നിങ്ങൾ എന്നു വകതിരിഞ്ഞല്ലാതെ
നമ്മളാം നമ്മളുടെ വീടെവിടെ മക്കളേ
ഗാന്ധി ചോദിക്കുന്നു നമ്മൾ നമ്മൾ എന്ന്
നമ്മളെ കണ്ടവർ നാം എവിടെ മക്കളേ

ചമ്പാരനിൽ, ദണ്ഡി യാത്രയിൽ പിന്നിട്ട
ബഹുദൂരവഴികളിൽ സമര രാപ്പകലുകളിൽ
നോവ് പങ്കിട്ടവർ തമ്മിൽ അറിഞ്ഞവർ
തമ്മിലറിഞ്ഞൊറ്റ ജനതയായ് പൊരുതിയോർ

നേര് തേടുന്നവർ നേര് പറയുന്നവർ
നേരിനെ പൊരുതലിൻ ആയുധമാക്കിയോർ
ഈശ്വരനുമള്ളയും ഒന്നെന്നറിഞ്ഞവർ
അതു സന്മതി എന്ന വെളിവതിലെത്തിയോർ

ആ നമ്മൾ ഇന്നെവിടെ, എവിടെ നാം മക്കളേ
അവരെ നാം എവിടെ കളഞ്ഞെന്റെ മക്കളേ
അവരെവിടെ മക്കളേ, ഗാന്ധി ചോദിക്കുന്നു
അവരിലെ സ്നേഹമതം അതെവിടെ മക്കളേ

പലരില്ല പലരൊന്ന് പകയുമതുകൊണ്ടില്ല,
ഭയമില്ല തങ്ങളിൽ അവരെവിടെ മക്കളേ
അവരെന്റെ സുന്ദരികൾ സുന്ദരന്മാരവർ
ഗാന്ധി ചോദിക്കുന്നു എവിടെ അവർ മക്കളേ

പക പുകയുന്നവർ തമ്മിൽ ഭയക്കുവോർ
ഇവർ ശ്വസിക്കും വായു വിഷവായു മക്കളേ
വികൃത മുഖർ ഇവരല്ല നമ്മളെൻ മക്കളേ
ഇവരുടെ നാടെന്റെ നാടല്ല മക്കളേ

നേരിന്റെ കനിവിന്റെ ധീര പോരാളികൾ
അവരാകണം നമ്മൾ ഇവരല്ല മക്കളേ
അവരുടെ മാനവത അത് വീണ്ടെടുക്കണം
അവരുടെതാവണം നാടെന്റെ മക്കളേ

നാലതിർത്തിക്കുള്ളിൽ ഇത്തിരി മണ്ണല്ല
നാടിന്റെ അർത്ഥം അതറിയണം മക്കളേ
അതിരല്ല മതമല്ല നാടിന്റെ അളവുകോൽ
അതിലെ മനുഷ്യരുടെ മനമാണ് മക്കളേ

●

www.ingramcontent.com/pod-product-compliance
Lightning Source LLC
LaVergne TN
LVHW060152051026
849517LV00007B/2640
* 9 7 8 9 3 9 0 9 9 9 6 1 3 *